MÓN ĂN NHIỆT ĐỚI TUYỆT ĐỈNH TRÊN BÀN ĂN CỦA BẠN

100 công thức nấu ăn định nghĩa ẩm thực nhiệt đới

Nhiên Kim

MỤC LỤC

GIỚI THIỆU

Hãy nuông chiều các giác quan của bạn trong một chuyến du ngoạn ẩm thực vượt qua mọi ranh giới và đưa bạn đến bờ biển ngập tràn ánh nắng của vùng nhiệt đới với "SÁCH NẤU ĂN NHIỆT ĐỚI TỚI BÀN ĂN CỦA BẠN". Cuốn sách dạy nấu ăn này là một sự tôn vinh xa hoa về hương vị sống động và đa dạng đặc trưng của ẩm thực nhiệt đới—một vạn hoa hương vị nhảy múa trên vòm miệng và gợi lên tinh thần vui tươi của những điểm đến đầy nắng. Với 100 công thức được tuyển chọn tỉ mỉ, bộ sưu tập này chính là tấm hộ chiếu để bạn thưởng thức sự phong phú của các loại trái cây kỳ lạ, gia vị thơm và truyền thống ẩm thực phong phú định hình nên nền ẩm thực nhiệt đới.

Nhắm mắt lại và hình dung ra một quang cảnh được tô điểm bằng những bãi biển rợp bóng cọ, làn nước trong xanh và những khu chợ sôi động tràn ngập những món ăn nhiệt đới. Bây giờ, hãy mở cuốn sách dạy nấu ăn này ra và để nó trở thành kim chỉ nam giúp bạn biến căn bếp thành thiên đường nhiệt đới. "ĐỈNH CAO NHẤT CỦA CÁCH NẤU ĂN NHIỆT ĐỚI TRỜI ĐỂ TRÊN BÀN ĂN CỦA BẠN" không chỉ là một hành trình ẩm thực; mà còn là hành trình khám phá bức tranh thảm sống động được dệt nên bởi các truyền thống ẩm thực của vùng Caribe, Quần đảo Thái Bình Dương và Đông Nam Á.

Từ ngụm đầu tiên của một ly cocktail dừa tươi mát đến miếng cuối cùng của món tráng miệng trái cây nhiệt đới hấp dẫn, mỗi công thức là minh chứng cho niềm vui, sự lễ hội và sự phong phú định hình nên ẩm thực nhiệt đới. Cho dù bạn đang tổ chức một buổi tụ họp sôi động bên bờ biển, tạo ra một bữa tiệc cho những người thân yêu hay chỉ đơn giản là muốn truyền tinh thần của hòn đảo vào các bữa ăn hàng ngày của mình, những công thức này được chế tác để mang lễ kỷ niệm nhiệt đới đến tận bàn ăn của bạn.

Hãy cùng chúng tôi khám phá thế giới tươi tốt của các thành phần nhiệt đới, gia vị sống động và nghệ thuật ăn mừng qua những món ăn thú vị. Với bối cảnh là bầu trời trong xanh và bờ biển đầy cát, "ĐỈNH CAO NHẤT CỦA CÁC MÓN ĂN NHIỆT ĐỚI TROPICAL COOKING TO YOUR TABLE" mời bạn tham gia vào chuyến phiêu lưu ẩm thực nắm bắt được bản chất của bờ biển đầy nắng và nâng tầm các bữa ăn hàng ngày của bạn thành những bữa tiệc lễ hội.

Vậy nên, hãy bày bàn ăn của bạn với những màu sắc gợi nhớ đến biển xanh ngọc lam và hệ thực vật nhiệt đới, chuẩn bị nguyên liệu và bắt đầu lễ kỷ niệm khi chúng ta khám phá những điều kỳ diệu của ẩm thực nhiệt đới đang chờ đợi trong những trang sách dạy nấu ăn này. Hãy sẵn sàng để thưởng thức niềm vui, hương vị và TỐT NHẤT CỦA NẤU ĂN NHIỆT ĐỚI TRỜI TRÊN BÀN ĂN CỦA BẠN!

BỮA SÁNG NHIỆT ĐỚI

1.Trứng ốp la nhiệt đới

THÀNH PHẦN:

- 3 quả trứng
- 2 thìa canh nước cốt dừa
- ¼ cốc dứa thái hạt lựu
- ¼ cốc ớt chuông thái hạt lựu
- ¼ cốc hành tây đỏ thái hạt lựu
- ¼ cốc phô mai bào (cheddar hoặc mozzarella)
- 1 thìa canh rau mùi tươi thái nhỏ
- Muối và hạt tiêu cho vừa ăn
- Bơ hoặc dầu để nấu ăn

HƯỚNG DẪN:

a) Đánh tan trứng, nước cốt dừa, muối và hạt tiêu trong bát.

b) Đun nóng chảo chống dính trên lửa vừa rồi cho một ít bơ hoặc dầu vào để tráng đều bề mặt chảo.

c) Đổ hỗn hợp trứng vào chảo và đun trong một phút cho đến khi phần rìa bắt đầu đông lại.

d) Rắc dứa thái hạt lựu, ớt chuông, hành tây đỏ, phô mai bào và rau mùi thái nhỏ lên một nửa miếng trứng tráng.

e) Dùng thìa dẹt, gấp nửa còn lại của miếng trứng ốp la vào phần nhân.

f) Nấu thêm một phút nữa hoặc cho đến khi phô mai tan chảy và trứng ốp la chín.

g) Trượt trứng ốp la vào đĩa và dùng nóng.

h) Thưởng thức hương vị nhiệt đới của món trứng tráng thơm ngon!

2.Pudding dứa chia

THÀNH PHẦN:

- 1 lon (13,5 ounce) nước cốt dừa
- 1 cốc sữa chua Hy Lạp nguyên chất 2%
- ½ cốc hạt chia
- 2 thìa mật ong
- 2 thìa đường
- 1 thìa cà phê chiết xuất vani
- Một nhúm muối kosher
- 1 cốc xoài thái hạt lựu
- 1 cốc dứa thái hạt lựu
- 2 thìa dừa nạo

HƯỚNG DẪN:

a) Trong một chiếc bát lớn, đánh đều nước cốt dừa, sữa chua, hạt chia, mật ong, đường, vani và muối cho đến khi hòa quyện đều.

b) Chia đều hỗn hợp vào bốn lọ thủy tinh (16 ounce).

c) Đậy nắp và để trong tủ lạnh qua đêm hoặc tối đa 5 ngày.

d) Ăn lạnh, rắc xoài và dứa lên trên, rắc thêm dừa.

3.Bánh mì nướng kiểu Pháp nhiệt đới

THÀNH PHẦN:

- 4 lát bánh mì
- 2 quả trứng
- ½ cốc nước cốt dừa
- 1 thìa cà phê chiết xuất vani
- 1 thìa canh mật ong hoặc xi-rô cây phong
- Một nhúm muối
- Chuối và xoài thái lát để phủ lên trên
- Xi-rô cây phong hoặc mật ong để rưới lên

HƯỚNG DẪN:

a) Trong một chiếc bát nông, đánh đều trứng, nước cốt dừa, chiết xuất vani, mật ong hoặc xi-rô cây phong và muối.

b) Nhúng từng lát bánh mì vào hỗn hợp trứng, để ngấm trong vài giây ở mỗi mặt.

c) Đun nóng chảo chống dính hoặc vỉ nướng ở mức lửa vừa và phết một ít bơ hoặc dầu lên.

d) Chiên những lát bánh mì đã ngâm trong chảo cho đến khi cả hai mặt có màu vàng nâu.

e) Chuyển bánh mì nướng kiểu Pháp vào đĩa.

f) Phủ lên trên những lát chuối và xoài.

g) Rưới thêm xi-rô cây phong hoặc mật ong.

h) Thưởng thức hương vị nhiệt đới của món bánh mì nướng kiểu Pháp cổ điển!

4.Bánh quế vàng với trái cây nhiệt đới

THÀNH PHẦN:

BƠ CHÀ LÀ

- 1 thanh bơ nhạt, nhiệt độ phòng
- 1 cốc chà là bỏ hạt thái nhỏ

BÁNH QUẾ

- 1 ½ cốc bột mì đa dụng
- 1 cốc bột semolina xay thô
- ¼ cốc đường cát
- 2 ½ thìa cà phê bột nở
- ½ thìa cà phê baking soda
- ¾ thìa cà phê muối thô
- 1 ¾ cốc sữa nguyên chất, nhiệt độ phòng
- ⅓ cốc kem chua, nhiệt độ phòng
- 1 thanh bơ nhạt, đun chảy
- 2 quả trứng lớn, nhiệt độ phòng
- 1 thìa cà phê chiết xuất vani nguyên chất
- Xịt dầu thực vật để nấu ăn
- Kiwi thái lát và trái cây họ cam quýt, quả hồ trăn thái nhỏ và xi-rô cây phong nguyên chất để phục vụ

HƯỚNG DẪN:

BƠ CHÀ LÀ:

a) Xay bơ và chà là trong máy xay thực phẩm, cạo hai bên thành máy vài lần, cho đến khi mịn và hòa quyện. Bơ chà là có thể làm trước một tuần và bảo quản trong tủ lạnh; để ở nhiệt độ phòng trước khi sử dụng.

BÁNH QUẾ:

b) Trộn đều bột mì, đường, bột nở, baking soda và muối trong một cái bát lớn. Trong một cái bát riêng, trộn đều sữa, kem chua, bơ, trứng và vani.

c) Đánh hỗn hợp sữa vào hỗn hợp bột cho đến khi hòa quyện.

d) Làm nóng trước máy làm bánh quế. Phủ một lớp mỏng dầu ăn dạng xịt. Đổ 1 ¼ cốc bột vào giữa mỗi chiếc bánh quế, để bột lan ra gần đến mép.

e) Đậy nắp và nấu cho đến khi vàng nâu và giòn, khoảng 6 đến 7 phút.

f) Lấy ra khỏi chảo và nhanh chóng đảo giữa hai tay nhiều lần để thoát hơi nước và giúp giữ độ giòn, sau đó chuyển sang giá đặt trong khay nướng có vành; giữ ấm trong lò nướng ở nhiệt độ 225 độ cho đến khi sẵn sàng phục vụ.
g) Lặp lại việc xịt thêm dầu ăn lên bàn là sau mỗi lần chiên.
Ăn kèm với bơ, trái cây, hạt dẻ cười và xi-rô.

5. Bánh Crêpe trái cây nhiệt đới

THÀNH PHẦN:

- 4 ounce bột mì nguyên chất, rây mịn
- 1 nhúm muối
- 1 thìa đường xay
- 1 quả trứng, cộng thêm một lòng đỏ
- ½ pint sữa
- 2 thìa bơ tan chảy
- 4 ounce Đường
- 2 muỗng canh rượu Brandy hoặc rượu Rum
- 2½ cốc hỗn hợp trái cây nhiệt đới

HƯỚNG DẪN:

a) Để làm bột bánh Crêpe, cho bột mì, muối và đường xay vào bát và trộn đều.

b) Dần dần cho trứng, sữa và bơ vào. Để yên trong ít nhất 2 giờ.

c) Đun nóng chảo rán đã phết một lớp mỡ mỏng, khuấy đều bột và dùng để làm 8 chiếc bánh Crêpe. Giữ ấm.

d) Để làm nhân, cho hỗn hợp trái cây nhiệt đới vào nồi cùng với đường và đun nhẹ cho đến khi đường tan.

e) Đun sôi và đun nóng cho đến khi đường chuyển sang màu caramel. Thêm rượu mạnh vào.

f) Nhồi đầy trái cây vào từng chiếc bánh Crêpe và dùng ngay với kem hoặc kem chua.

6.Bánh pudding dừa nhiệt đới

THÀNH PHẦN:

- ¾ cốc yến mạch không chứa gluten kiểu cũ
- ½ cốc dừa nạo không đường
- 2 cốc nước
- 1¼ cốc nước cốt dừa
- ½ thìa cà phê bột quế
- 1 quả chuối, thái lát

HƯỚNG DẪN:

a) Dùng bát, trộn yến mạch, dừa và nước. Đậy nắp và để lạnh qua đêm.

b) Đổ hỗn hợp vào một chiếc chảo nhỏ.

c) Thêm sữa và quế vào, đun nhỏ lửa trong khoảng 12 phút ở mức lửa vừa.

d) Nhấc ra khỏi bếp và để yên trong 5 phút.

e) Chia vào 2 bát và phủ những lát chuối lên trên.

7.Bánh kếp nhiệt đới

THÀNH PHẦN:

- 1¾ cốc yến mạch cán mỏng kiểu cũ
- 1½ thìa cà phê bột nở
- 1 thìa cà phê baking soda
- ½ thìa cà phê quế
- ¼ thìa cà phê muối
- 1 quả chuối chín cỡ vừa, nghiền nát
- 2 thìa dầu dừa, đun chảy
- 1 thìa xi-rô cây phong
- 1 quả trứng lớn
- 1 thìa cà phê chiết xuất vani
- ¾ cốc sữa ít béo 2%
- ½ cốc nước cốt dừa nguyên chất đóng hộp
- ½ cốc dứa thái hạt lựu
- ½ chén xoài thái hạt lựu

HƯỚNG DẪN:

a) Cho tất cả các nguyên liệu vào máy xay sinh tố, trừ dứa và xoài.

b) Cho hỗn hợp vào máy xay sinh tố cho đến khi thành chất lỏng mịn.

c) Đổ bột bánh kếp vào bát lớn.

d) Cho dứa và xoài vào khuấy đều.

e) Để bột nghỉ trong 5 đến 10 phút. Điều này giúp tất cả các thành phần hòa quyện vào nhau và tạo cho bột có độ đặc hơn.

f) Xịt nhiều dầu thực vật vào chảo chống dính hoặc vỉ nướng rồi đun ở mức lửa vừa nhỏ.

g) Khi chảo nóng, đổ bột vào bằng cốc đong ¼ cốc và đổ bột vào chảo để làm bánh kếp. Sử dụng cốc đong để giúp tạo hình bánh kếp.

h) Nấu cho đến khi mặt bánh chín và có bọt khí hình thành ở giữa (khoảng 2 đến 3 phút), sau đó lật bánh.

i) Khi bánh đã chín ở mặt đó, hãy nhấc bánh ra khỏi bếp và đặt lên đĩa.

8.Tô sữa chua nhiệt đới

THÀNH PHẦN:

- Dứa thái miếng
- Kiwi, thái lát
- Xoài thái lát
- ½ cốc sữa chua Hy Lạp
- Dừa vụn
- hạt phỉ cắt nhỏ

HƯỚNG DẪN:

a) Múc sữa chua Hy Lạp vào bát và phủ lên trên bằng trái cây và các loại phủ khác.

9.Tô sinh tố trái cây nhiệt đới

THÀNH PHẦN:

- 1 quả chuối chín
- 1 cốc xoài đông lạnh
- 1 cốc miếng dứa đông lạnh
- ½ cốc nước cốt dừa
- Topping: kiwi thái lát, dừa nạo, granola, hạt chia

HƯỚNG DẪN:

a) Cho chuối, xoài, dứa và nước cốt dừa vào máy xay sinh tố.
b) Trộn cho đến khi mịn và sánh.
c) Đổ sinh tố vào bát.
d) Phủ lên trên bằng kiwi thái lát, dừa nạo, granola và hạt chia.
e) Hãy thưởng thức ly sinh tố trái cây nhiệt đới mát lạnh nhé!

10.Bánh Xoài Dừa

THÀNH PHẦN:

- 1 cốc bột mì đa dụng
- 1 thìa đường
- 1 thìa cà phê bột nở
- ½ thìa cà phê baking soda
- ¼ thìa cà phê muối
- 1 cốc nước cốt dừa
- ½ cốc sốt xoài
- 1 quả trứng
- 2 thìa bơ tan chảy
- Xoài thái lát để phủ lên trên

HƯỚNG DẪN:

a) Trộn đều bột mì, đường, bột nở, muối nở và muối trong bát.

b) Trong bát khác, trộn đều nước cốt dừa, sốt xoài, trứng và bơ đã đun chảy.

c) Đổ các nguyên liệu ướt vào nguyên liệu khô và khuấy cho đến khi hòa quyện.

d) Đun nóng chảo chống dính hoặc vỉ nướng ở mức lửa vừa và phết một ít bơ hoặc dầu lên.

e) Đổ ¼ cốc bột vào chảo cho mỗi chiếc bánh kếp.

f) Nấu cho đến khi nổi bọt trên bề mặt, sau đó lật lại và nấu mặt còn lại cho đến khi có màu vàng nâu.

g) Ăn bánh xèo xoài dừa cùng với xoài thái lát ở trên.

h) Hãy thưởng thức hương vị nhiệt đới của những chiếc bánh kếp mềm mại này nhé!

11.Bát Acai nhiệt đới

THÀNH PHẦN:

- 2 gói acai đông lạnh
- 1 quả chuối chín
- ½ cốc hỗn hợp quả mọng đông lạnh
- ½ cốc nước dừa hoặc sữa hạnh nhân
- Topping: chuối thái lát, kiwi, quả mọng, granola, dừa nạo

HƯỚNG DẪN:

a) Cho hỗn hợp quả acai đông lạnh, chuối chín, các loại quả mọng đông lạnh và nước dừa hoặc sữa hạnh nhân vào máy xay sinh tố cho đến khi mịn và đặc.

b) Đổ hỗn hợp acai vào bát.

c) Phủ lên trên bằng chuối thái lát, kiwi, quả mọng, granola và dừa nạo.

d) Xếp các loại topping theo ý thích lên trên hỗn hợp acai.

e) Dùng ngay và thưởng thức bát acai nhiệt đới tươi mát và bổ dưỡng!

12.Bát ăn sáng Quinoa xoài dừa

THÀNH PHẦN:

- ½ cốc hạt diêm mạch nấu chín
- ¼ cốc nước cốt dừa
- 1 quả xoài chín, thái hạt lựu
- 2 thìa dừa nạo
- 1 thìa canh mật ong hoặc xi-rô cây phong
- Các loại phủ tùy chọn: hạnh nhân thái lát, hạt chia

HƯỚNG DẪN:

a) Trong bát, trộn đều hạt diêm mạch đã nấu chín, nước cốt dừa, xoài thái hạt lựu, dừa nạo và mật ong hoặc xi-rô cây phong.

b) Khuấy đều cho tất cả các nguyên liệu hòa quyện.

c) Nếu muốn, bạn có thể thêm các loại topping khác như hạnh nhân thái lát và hạt chia.

d) Thưởng thức hương vị nhiệt đới của bát ăn sáng quinoa dừa xoài bổ dưỡng này!

13.Bữa sáng Parfait đu đủ chanh

THÀNH PHẦN:

- 1 quả đu đủ chín, thái hạt lựu
- Nước ép của 1 quả chanh
- 1 cốc sữa chua Hy Lạp
- ¼ cốc ngũ cốc
- 2 thìa mật ong hoặc xi-rô cây phong
- Lá bạc hà tươi để trang trí

HƯỚNG DẪN:

a) Trong bát, trộn đu đủ thái hạt lựu và nước cốt chanh. Trộn nhẹ nhàng để đu đủ được phủ nước cốt chanh.

b) Cho hỗn hợp đu đủ, sữa chua Hy Lạp và granola vào ly hoặc bát.

c) Rưới mật ong hoặc xi-rô cây phong lên trên.

d) Trang trí bằng lá bạc hà tươi.

e) Thưởng thức món parfait đu đủ chanh tươi mát và chua chua nhé!

14.Burrito ăn sáng nhiệt đới

THÀNH PHẦN:

- 2 cái bánh tortilla lớn
- 4 quả trứng, đánh tan
- ½ cốc dứa thái hạt lựu
- ½ cốc ớt chuông thái hạt lựu
- ¼ cốc hành tây đỏ thái hạt lựu
- ¼ cốc phô mai bào (cheddar hoặc mozzarella)
- Rau mùi tươi để trang trí
- Muối và hạt tiêu cho vừa ăn
- Sốt salsa hoặc nước sốt cay để phục vụ (tùy chọn)

HƯỚNG DẪN:

a) Trong chảo, nấu trứng rán cho đến khi chín. Nêm muối và hạt tiêu.

b) Làm nóng bánh ngô trong chảo riêng hoặc lò vi sóng.

c) Chia đều trứng rán, dứa thái hạt lựu, ớt chuông thái hạt lựu, hành tây đỏ thái hạt lựu và phô mai bào vào giữa các miếng bánh ngô.

d) Gấp hai bên bánh ngô vào và cuộn lại để tạo thành bánh burrito.

e) Tùy chọn: Rang nhẹ bánh burrito trong chảo để bánh giòn hơn.

f) Trang trí với rau mùi tươi.

g) Ăn kèm với sốt salsa hoặc nước sốt cay nếu muốn.

h) Thưởng thức hương vị nhiệt đới của món burrito ăn sáng cổ điển!

15. Bánh mì chuối dừa

THÀNH PHẦN:

- 2 quả chuối chín, nghiền nát
- ½ cốc nước cốt dừa
- ¼ cốc dầu dừa đã đun chảy
- ¼ cốc mật ong hoặc xi-rô cây phong
- 1 thìa cà phê chiết xuất vani
- 1 ¾ cốc bột mì đa dụng
- 1 thìa cà phê bột nở
- ½ thìa cà phê baking soda
- ¼ thìa cà phê muối
- ¼ cốc dừa nạo
- Tùy chọn: ½ cốc hạt nhiệt đới cắt nhỏ

HƯỚNG DẪN:

a) Làm nóng lò ở nhiệt độ 350°F (175°C) và phết mỡ vào khuôn bánh mì.

b) Trong một cái bát lớn, trộn chuối nghiền, nước cốt dừa, dầu dừa đã đun chảy, mật ong hoặc xi-rô cây phong và chiết xuất vani. Trộn đều.

c) Trong một bát riêng, trộn đều bột mì, bột nở, muối nở và muối.

d) Dần dần đổ các nguyên liệu khô vào nguyên liệu ướt, khuấy đều cho đến khi hòa quyện.

e) Cho dừa nạo và hạt băm nhỏ vào (nếu dùng).

f) Đổ bột vào khuôn bánh mì đã chuẩn bị và dàn đều.

g) Nướng trong 45-55 phút hoặc cho đến khi cắm tăm vào giữa bánh rồi rút ra sạch.

h) Lấy bánh ra khỏi lò và để bánh mì chuối dừa nguội trong chảo trong vài phút.

i) Chuyển bánh mì sang giá để nguội hoàn toàn.

j) Cắt lát và thưởng thức món bánh mì chuối dừa nhiệt đới thơm ngon.

16.Bữa sáng nhiệt đới Tacos

THÀNH PHẦN:

- 4 chiếc bánh ngô nhỏ
- 4 quả trứng, đánh tan
- ½ cốc dứa thái hạt lựu
- ¼ cốc ớt chuông đỏ thái hạt lựu
- ¼ cốc hành tây đỏ thái hạt lựu
- ¼ cốc rau mùi tươi cắt nhỏ
- Nước ép của 1 quả chanh
- Muối và hạt tiêu cho vừa ăn
- Các loại phủ tùy chọn: bơ thái lát, sốt salsa, nước sốt cay

HƯỚNG DẪN:

a) Trong bát, trộn đều dứa thái hạt lựu, ớt chuông đỏ, hành tây đỏ, rau mùi, nước cốt chanh, muối và hạt tiêu.

b) Làm nóng bánh ngô trong chảo hoặc lò vi sóng.

c) Nhồi trứng đánh vào từng chiếc bánh tortilla và phủ sốt salsa dứa nhiệt đới lên trên.

d) Thêm các loại topping tùy chọn như bơ thái lát, sốt salsa hoặc nước sốt cay.

e) Phục vụ món tacos nhiệt đới thơm ngon cho bữa sáng.

17.Bánh mì nướng bơ nhiệt đới

THÀNH PHẦN:

- 2 lát bánh mì nguyên cám, nướng
- 1 quả bơ chín, lột vỏ và bỏ hạt
- Nước ép của ½ quả chanh
- ¼ cốc dứa thái hạt lựu
- ¼ cốc xoài thái hạt lựu
- 1 thìa canh rau mùi tươi thái nhỏ
- Muối và hạt tiêu cho vừa ăn
- Các loại phủ tùy chọn: củ cải thái lát, rau mầm hoặc phô mai feta

HƯỚNG DẪN:

a) Dùng nĩa nghiền nát quả bơ chín trong bát.

b) Thêm nước cốt chanh, dứa thái hạt lựu, xoài thái hạt lựu, rau mùi thái nhỏ, muối và hạt tiêu.

c) Trộn đều cho đến khi tất cả các nguyên liệu hòa quyện.

d) Phết đều hỗn hợp bơ lên các lát bánh mì nướng.

e) Nếu thích, bạn có thể rắc thêm các loại topping khác như củ cải thái lát, rau mầm hoặc phô mai feta vụn.

f) Dùng bánh mì nướng bơ nhiệt đới như một món ăn nhẹ hoặc bữa ăn nhẹ ngon miệng và thỏa mãn.

g) Hãy thưởng thức vị bơ béo ngậy kết hợp với các loại trái cây nhiệt đới ngọt và chua nhé!

ĐỒ ĂN NHẸ NHIỆT ĐỚI

18.Hỗn hợp đồ ăn nhẹ nhiệt đới

THÀNH PHẦN:

- 6 cốc bỏng ngô nổ
- 1 cốc dứa khô
- 1 cốc hạt macadamia rang
- 1 cốc chuối chiên
- ½ cốc dừa nạo rang

HƯỚNG DẪN

a) Trong một cái tô lớn, trộn tất cả các nguyên liệu cho đến khi hòa quyện đều.

b) Dùng ngay hoặc bảo quản trong hộp kín.

19.Cocktail nhiệt đới ceviche

THÀNH PHẦN:

- ¾ pound Cá hồng
- 1 pound Sò điệp; cắt thành bốn
- 1 củ hành tây đỏ nhỏ; cắt đôi, thái lát mỏng
- ¼ cốc rau mùi; thái nhỏ
- 2 cốc xoài; thái hạt lựu
- 1½ cốc Dứa; thái hạt lựu
- Nước ướp
- 1 cốc nước cốt chanh; vắt tươi
- 1 thìa vỏ chanh; nạo
- 1 cốc giấm gạo
- ¼ cốc đường
- 1½ thìa cà phê ớt bột đỏ; tùy khẩu vị
- 1½ thìa cà phê muối
- 2 thìa cà phê hạt rau mùi; nghiền nát

HƯỚNG DẪN:

a) Trộn các thành phần ướp trong một bát trộn lớn bằng thủy tinh hoặc thép không gỉ. Đánh đều và để sang một bên.

b) Rửa sạch cá và sò điệp trong nước lạnh và thấm khô bằng khăn giấy. Thêm sò điệp vào nước ướp và để lạnh. Cắt cá thành từng miếng ½" và thêm vào nước ướp cùng với hành tây.

c) Khuấy nhẹ, đậy nắp và để trong tủ lạnh ít nhất 4 giờ trước khi dùng.

d) Khuấy thỉnh thoảng để đảm bảo nước ướp thấm đều vào hải sản. Ceviche có thể được chế biến đến thời điểm này trước 2 ngày. Khoảng 30 phút trước khi ăn, cho rau mùi và trái cây vào khuấy đều và cho lại đĩa vào tủ lạnh cho đến khi sẵn sàng ăn.

e) Phục vụ trong bát hoặc đĩa nhỏ ướp lạnh hoặc để trông lễ hội hơn, phục vụ trong ly thủy tinh nhỏ hoặc cốc thủy tinh đựng cocktail.

20.Miếng Protein Chanh Nhiệt Đới

THÀNH PHẦN:

- 1¾ cốc hạt điều
- ¼ cốc bột dừa
- ¼ cốc dừa nạo không đường
- 3 thìa hạt gai dầu sống đã tách vỏ
- 3 thìa xi-rô cây phong
- 3 thìa nước cốt chanh tươi

HƯỚNG DẪN:

a) Cho hạt điều vào máy xay thực phẩm và xay cho đến khi hạt điều thật mịn.

b) Thêm phần nguyên liệu còn lại vào và trộn đều.

c) Đổ hỗn hợp vào một cái bát lớn.

d) Lấy một cục bột và nặn thành một viên tròn.

e) Tiếp tục bóp và nhào một vài lần cho đến khi tạo thành một khối tròn và rắn chắc.

21.Pizza quả óc chó nhiệt đới

THÀNH PHẦN:

- 1 đế bánh pizza làm sẵn
- 1 thìa canh dầu ô liu
- Hộp đựng 13,5 ounce phô mai kem hương trái cây
- Lọ 26 ounce xoài thái lát, để ráo nước và thái nhỏ
- ½ C. quả óc chó băm nhỏ

HƯỚNG DẪN:

a) Nấu đế bánh pizza trong lò theo hướng dẫn trên bao bì.

b) Phết đều dầu lên vỏ bánh.

c) Phết phô mai kem lên lớp vỏ bánh và rắc xoài thái nhỏ và hạt lên trên.

d) Cắt thành từng lát tùy thích và dùng.

22.Viên năng lượng dừa dứa

THÀNH PHẦN:

- 1 cốc chà là, bỏ hạt
- 1 cốc dứa khô
- ½ chén dừa nạo
- ¼ cốc bột hạnh nhân hoặc hạnh nhân xay
- ¼ cốc hạt chia
- 1 thìa canh dầu dừa, đun chảy
- 1 thìa cà phê chiết xuất vani

HƯỚNG DẪN:

a) Cho quả chà là và dứa khô vào máy xay thực phẩm, xay nhuyễn cho đến khi tạo thành hỗn hợp sệt.

b) Cho dừa nạo, bột hạnh nhân, hạt chia, dầu dừa đã đun chảy và chiết xuất vani vào máy xay thực phẩm.

c) Trộn đều cho đến khi tất cả các nguyên liệu hòa quyện vào nhau và tạo thành hỗn hợp sệt như bột.

d) Nặn hỗn hợp thành những viên bi nhỏ.

e) Tùy chọn: Lăn các viên bi qua thêm dừa nạo để phủ đều.

f) Cho những viên năng lượng vào hộp kín và để trong tủ lạnh ít nhất 30 phút trước khi dùng.

g) Hãy thưởng thức những viên năng lượng dừa dứa thơm ngon và bổ dưỡng này nhé!

23. Xiên trái cây nhiệt đới

THÀNH PHẦN:

- Các loại trái cây nhiệt đới (dứa, xoài, kiwi, chuối, đu đủ, v.v.), cắt thành từng miếng vừa ăn
- Xiên gỗ

HƯỚNG DẪN:

a) Xiên các loại trái cây nhiệt đới vào xiên gỗ theo bất kỳ kiểu nào bạn thích.

b) Lặp lại với các loại trái cây và xiên còn lại.

c) Ăn xiên trái cây nhiệt đới nguyên trái hoặc chấm với sữa chua hoặc mật ong.

d) Hãy thưởng thức những xiên trái cây đầy màu sắc và bổ dưỡng này nhé!

24.Bỏng ngô dừa chanh

THÀNH PHẦN:

- ½ cốc hạt bỏng ngô
- 2 thìa dầu dừa
- Vỏ và nước cốt của 1 quả chanh
- 2 thìa dừa nạo
- Muối vừa ăn

HƯỚNG DẪN:

a) Đun nóng dầu dừa trong nồi lớn ở mức lửa vừa.

b) Thêm hạt bỏng ngô vào và đậy nắp nồi.

c) Lắc nồi thường xuyên để tránh bị cháy.

d) Khi tiếng nổ chậm lại, hãy nhấc nồi ra khỏi bếp và để yên trong một phút để đảm bảo tất cả hạt ngô đã nổ.

e) Trong một cái bát nhỏ, trộn đều vỏ chanh, nước cốt chanh, dừa nạo và muối.

f) Rưới hỗn hợp nước cốt dừa chanh lên bỏng ngô mới nổ và trộn đều.

g) Hãy thưởng thức bỏng ngô dừa chanh nhiệt đới thơm ngon như một món ăn nhẹ nhẹ nhàng và đầy hương vị!

25.Guacamole dừa chanh

THÀNH PHẦN:

- 2 quả bơ chín
- Nước ép của 1 quả chanh
- Vỏ của 1 quả chanh
- 2 thìa canh rau mùi tươi thái nhỏ
- 2 thìa hành tây đỏ thái hạt lựu
- 2 thìa dừa nạo
- Muối và hạt tiêu cho vừa ăn

HƯỚNG DẪN:

a) Trong bát, nghiền nát quả bơ chín bằng nĩa cho đến khi thành hỗn hợp kem.

b) Thêm nước cốt chanh, vỏ chanh, rau mùi thái nhỏ, hành tây đỏ thái hạt lựu, dừa nạo, muối và hạt tiêu.

c) Trộn đều cho đến khi tất cả các nguyên liệu hòa quyện vào nhau.

d) Nếm thử và điều chỉnh gia vị theo ý muốn.

e) Ăn guacamole dừa chanh với bánh tortilla hoặc dùng làm lớp phủ thơm ngon cho bánh tacos, bánh sandwich hoặc salad.

f) Thưởng thức hương vị béo ngậy và chua chua của món guacamole nhiệt đới này!

26. Tôm Dừa

THÀNH PHẦN:

- 1 pound tôm, lột vỏ và bỏ chỉ
- ½ cốc bột mì đa dụng
- ½ chén dừa nạo
- 2 quả trứng, đánh tan
- Muối và hạt tiêu cho vừa ăn
- Dầu ăn để chiên

HƯỚNG DẪN:

a) Trong một cái bát nông, trộn đều bột mì đa dụng, dừa nạo, muối và hạt tiêu.

b) Nhúng từng con tôm vào trứng đã đánh tan, để cho phần trứng thừa chảy ra, sau đó phủ đều bằng hỗn hợp dừa.

c) Đun nóng dầu ăn trong chảo sâu hoặc nồi ở mức lửa vừa cao.

d) Chiên tôm phủ dừa thành từng mẻ cho đến khi vàng nâu và giòn, mỗi mặt khoảng 2-3 phút.

e) Vớt tôm ra khỏi dầu và để ráo trên khăn giấy.

f) Dùng tôm dừa như một món khai vị hoặc đồ ăn nhẹ nhiệt đới ngon miệng với nước chấm tùy chọn, chẳng hạn như nước sốt ớt ngọt hoặc sốt xoài.

g) Thưởng thức món tôm dừa giòn tan và đậm đà nhé!

27.Thanh Granola nhiệt đới

THÀNH PHẦN:

- 1 ½ cốc yến mạch cán mỏng
- ½ chén dừa nạo
- ¼ cốc dứa khô thái nhỏ
- ¼ cốc xoài khô thái nhỏ
- ¼ cốc đu đủ khô thái nhỏ
- ¼ cốc hạt băm nhỏ (ví dụ, hạnh nhân, hạt điều, hạt macadamia)
- ¼ cốc mật ong hoặc xi-rô cây phong
- ¼ cốc bơ hạt (ví dụ, bơ hạnh nhân, bơ đậu phộng)
- 1 thìa cà phê chiết xuất vani
- Một nhúm muối

HƯỚNG DẪN:

a) Làm nóng lò ở nhiệt độ 350°F (175°C) và lót giấy dầu vào đĩa nướng.

b) Trong một cái bát lớn, trộn đều yến mạch cán mỏng, dừa nạo, dứa khô thái nhỏ, xoài khô thái nhỏ, đu đủ khô thái nhỏ và các loại hạt thái nhỏ.

c) Đun nóng mật ong hoặc xi-rô cây phong, bơ hạt, chiết xuất vani và muối trong một chiếc chảo nhỏ trên lửa nhỏ cho đến khi tan chảy và hòa quyện đều.

d) Đổ hỗn hợp mật ong hoặc xi-rô cây phong lên các nguyên liệu khô và khuấy cho đến khi mọi thứ được phủ đều.

e) Đổ hỗn hợp vào đĩa nướng đã chuẩn bị và ấn chặt.

f) Nướng trong 15-20 phút hoặc cho đến khi các cạnh chuyển sang màu vàng nâu.

g) Lấy bánh ra khỏi lò và để nguội hoàn toàn trong đĩa.

h) Sau khi nguội, cắt thành thanh hoặc hình vuông.

i) Bảo quản thanh granola nhiệt đới trong hộp kín để ăn vặt khi di chuyển.

j) Hãy thưởng thức những thanh granola tự làm bổ dưỡng với hương vị nhiệt đới này nhé!

28.Cuộn sốt xoài nhiệt đới

THÀNH PHẦN:

- 4 chiếc bánh tortilla lớn
- 1 cốc phô mai kem
- 1 cốc sốt xoài
- ½ cốc lá rau diếp hoặc rau bina cắt nhỏ

HƯỚNG DẪN:

a) Trải đều bánh tortilla trên bề mặt sạch.

b) Phết đều một lớp phô mai kem lên mỗi chiếc bánh tortilla.

c) Múc sốt xoài vào lớp phô mai kem, dàn đều để phủ kín bánh tortilla.

d) Rắc lá xà lách hoặc rau bina xắt nhỏ lên trên nước sốt salsa.

e) Cuộn chặt từng chiếc bánh tortilla, bắt đầu từ một đầu.

f) Cắt từng chiếc bánh tortilla đã cuộn thành từng cuộn nhỏ vừa ăn.

g) Dùng món cuộn sốt xoài nhiệt đới như một món ăn nhẹ hoặc món khai vị thơm ngon và tươi mát.

h) Thưởng thức sự kết hợp của hương vị béo ngậy, chua chua và nhiệt đới!

29.Xiên dứa nướng

THÀNH PHẦN:

- 1 quả dứa, gọt vỏ, bỏ lõi và cắt thành từng miếng
- 2 thìa mật ong hoặc xi-rô cây phong
- 1 thìa cà phê bột quế
- Xiên gỗ ngâm trong nước 30 phút

HƯỚNG DẪN:

a) Làm nóng lò nướng hoặc chảo nướng ở mức lửa vừa.

b) Trong một cái bát nhỏ, trộn mật ong hoặc xi-rô cây phong và quế xay.

c) Xiên các miếng dứa vào que gỗ.

d) Quét hỗn hợp mật ong hoặc xi-rô cây phong lên dứa, phủ đều tất cả các mặt.

e) Đặt xiên dứa lên vỉ nướng đã được làm nóng trước và nướng mỗi mặt trong khoảng 2-3 phút, hoặc cho đến khi xuất hiện các vệt nướng và dứa hơi ngả màu caramel.

f) Lấy ra khỏi vỉ nướng và để nguội trong vài phút.

g) Dùng xiên dứa nướng như một món ăn nhẹ hoặc món tráng miệng ngọt ngào mang hương vị nhiệt đới.

h) Thưởng thức hương vị khói và caramel của dứa nướng!

30.Bánh chuối dừa

THÀNH PHẦN:

- 2 quả chuối, lột vỏ và cắt thành từng miếng vừa ăn
- ¼ cốc sô cô la đen đã đun chảy
- ¼ cốc dừa nạo

HƯỚNG DẪN:

a) Trải giấy dầu lên khay nướng.

b) Nhúng từng miếng chuối vào sô-cô-la đen đã đun chảy, phủ khoảng một nửa.

c) Lăn chuối phủ sô-cô-la trong dừa nạo cho đến khi dừa được phủ đều.

d) Đặt những miếng chuối đã phủ lớp bột lên khay nướng đã chuẩn bị.

e) Lặp lại với các miếng chuối còn lại.

f) Để lạnh ít nhất 30 phút hoặc cho đến khi sô-cô-la đông lại.

g) Dùng món chuối dừa như một món ăn nhẹ hoặc món tráng miệng nhiệt đới thú vị.

h) Thưởng thức sự kết hợp của chuối béo ngậy, sô cô la đậm đà và dừa!

31.Sốt sữa chua nhiệt đới

THÀNH PHẦN:

- 1 cốc sữa chua Hy Lạp
- ½ cốc dứa thái hạt lựu
- ½ cốc xoài thái hạt lựu
- ¼ cốc ớt chuông đỏ thái nhỏ
- ¼ cốc hành tây đỏ thái nhỏ
- ¼ cốc rau mùi tươi cắt nhỏ
- 1 thìa nước cốt chanh
- ½ thìa cà phê bột tỏi
- Muối và hạt tiêu cho vừa ăn

HƯỚNG DẪN:

a) Trong bát, trộn đều sữa chua Hy Lạp, dứa thái hạt lựu, xoài thái hạt lựu, ớt chuông đỏ thái nhỏ, hành tây đỏ thái nhỏ, rau mùi thái nhỏ, nước cốt chanh, bột tỏi, muối và hạt tiêu.

b) Trộn đều cho đến khi tất cả các nguyên liệu hòa quyện hoàn toàn.

c) Nếm thử và điều chỉnh gia vị nếu cần.

d) Ăn món chấm nhiệt đới này cùng bánh tortilla, bánh mì pita hoặc rau củ.

e) Hãy thưởng thức món chấm béo ngậy và thơm ngon này với hương vị nhiệt đới nhé!

32.Salad trái cây nhiệt đới

THÀNH PHẦN:

- 2 cốc dứa thái hạt lựu
- 1 cốc xoài thái hạt lựu
- 1 cốc đu đủ thái hạt lựu
- 1 cốc kiwi thái lát
- 1 cốc dâu tây thái lát
- 1 thìa nước cốt chanh tươi
- 1 thìa canh mật ong hoặc xi-rô cây phong
- Các loại phủ tùy chọn: dừa nạo hoặc bạc hà tươi thái nhỏ

HƯỚNG DẪN:

a) Trong một chiếc bát lớn, trộn đều dứa thái hạt lựu, xoài thái hạt lựu, đu đủ thái hạt lựu, kiwi thái lát và dâu tây thái lát.

b) Trộn đều nước cốt chanh và mật ong hoặc xi-rô cây phong trong một cái bát nhỏ.

c) Rưới nước sốt chanh lên salad trái cây và nhẹ nhàng trộn đều.

d) Tùy chọn: Rắc dừa nạo hoặc bạc hà tươi thái nhỏ lên trên để tăng thêm hương vị và trang trí.

e) Dùng salad trái cây nhiệt đới lạnh như một món ăn nhẹ tươi mát và lành mạnh.

f) Hãy thưởng thức hương vị tươi mát và hấp dẫn của hỗn hợp nhiệt đới này!

g) 20 công thức đồ ăn nhẹ nhiệt đới này sẽ cung cấp cho bạn nhiều lựa chọn ngon miệng và hấp dẫn để thưởng thức. Cho dù bạn đang tìm kiếm thứ gì đó ngọt, mặn, béo ngậy hay giòn, những công thức này chắc chắn sẽ thỏa mãn cơn thèm nhiệt đới của bạn. Thưởng thức nhé!

NHIỆT ĐỚI

33.Salad trái cây nhiệt đới kem

THÀNH PHẦN:

- Hộp salad trái cây nhiệt đới 15,25 ounce, đã ráo nước
- 1 quả chuối, thái lát
- 1 cốc kem tươi đông lạnh, đã rã đông

HƯỚNG DẪN:

a) Trong một chiếc bát vừa, trộn đều tất cả các nguyên liệu.

b) Khuấy nhẹ để phủ đều.

34.Gà Dứa Nhiệt Đới

THÀNH PHẦN:

- 1 quả ớt chuông
- 1 củ hành tây đỏ nhỏ
- 1 lb (450 g) phi lê ức gà không xương, không da
- 2 cốc đậu que đường
- 1 lon (14 oz/398 ml) miếng dứa trong nước ép
- 2 thìa canh dầu dừa đã đun chảy
- 1 gói Gia vị gà dứa nhiệt đới
- nước chanh tươi

HƯỚNG DẪN

a) Làm nóng lò ở nhiệt độ 425° F. Lót giấy nến vào khay nướng.

b) Thái nhỏ hạt tiêu và hành tây. Trong một cái bát lớn, trộn hạt tiêu, hành tây, thịt gà, đậu que, miếng dứa (bao gồm cả nước ép), dầu dừa và gia vị. Trộn cho đến khi phủ đều.

c) Xếp thành một lớp duy nhất trên chảo theo cách tốt nhất có thể. Nướng trong 16 phút hoặc cho đến khi thịt gà chín.

d) Nếu muốn, bạn có thể vắt thêm một ít chanh tươi.

35.Thưởng thức tôm vùng nhiệt đới

THÀNH PHẦN:

- 1 quả chanh, cắt đôi
- 1 gói Gia vị gà dứa nhiệt đới
- 1 thìa canh dầu dừa đã đun chảy
- 1 thìa mật ong
- 2 quả ớt chuông, cắt thành từng miếng
- 1 quả bí xanh nhỏ, thái lát dày ½ inch
- 2 cốc xoài đông lạnh
- 1 lb tôm sống đông lạnh, đã bóc vỏ, rã đông

HƯỚNG DẪN

a) Làm nóng lò ở nhiệt độ 425° F. Lót giấy nến vào khay nướng.

b) Sử dụng máy ép nước chanh 2 trong 1, vắt nước cốt chanh vào một cái bát lớn.

c) Thêm gia vị, dầu và mật ong. Khuấy đều.

d) Cho ớt chuông, bí xanh và xoài vào chảo.

e) Đổ một nửa nước sốt lên trên.

f) Dùng kẹp gắp để trộn đều.

g) Cho vào lò và nướng trong 10 phút.

h) Trong khi đó, cho tôm vào bát cùng với phần nước sốt còn lại; trộn đều.

i) Lấy chảo ra khỏi lò; xếp tôm thành một lớp dày nhất có thể.

j) Nướng trong 3–4 phút, hoặc cho đến khi tôm chín.

36.Thịt lợn nướng kiểu Caribê với sốt Salsa nhiệt đới

THÀNH PHẦN:

XÀ LÁ:

- 1 quả dứa nhỏ, gọt vỏ, bỏ lõi và thái hạt lựu
- 1 quả cam vừa, gọt vỏ và thái hạt lựu
- 2 thìa canh rau mùi tươi, băm nhỏ
- Vắt lấy nước nửa quả chanh tươi

THỊT LỢN:

- ½ thìa đường nâu
- 2 thìa tỏi băm
- 2 thìa gừng băm nhỏ
- 2 thìa cà phê thìa là xay
- 2 thìa cà phê rau mùi xay
- ½ thìa cà phê nghệ
- 2 thìa canh dầu hạt cải
- 6 miếng thịt thăn heo

HƯỚNG DẪN:

a) Làm salsa bằng cách trộn dứa, cam, rau mùi và nước cốt chanh trong bát. Để riêng. Có thể chuẩn bị trước tới 2 ngày và bảo quản trong tủ lạnh.

b) Trong một cái bát nhỏ, trộn đều hỗn hợp đường nâu, tỏi, gừng, thìa là, rau mùi và nghệ.

c) Quét dầu hạt cải lên cả hai mặt của miếng thịt heo và xát đều lên cả hai mặt.

d) Làm nóng lò nướng ở mức trung bình-cao. Đặt miếng thịt lợn lên vỉ nướng trong khoảng 5 phút cho mỗi mặt hoặc cho đến khi chín đến nhiệt độ bên trong là 160 °F.

e) Phục vụ mỗi miếng thịt kèm theo ⅓ cốc nước sốt salsa.

37.Đuôi tôm hùm nướng trái cây nhiệt đới

THÀNH PHẦN:

- 4 xiên tre hoặc kim loại
- ¾ quả dứa vàng, gọt vỏ, bỏ lõi và cắt thành miếng 1 inch
- 2 quả chuối, lột vỏ và cắt ngang thành tám miếng dài 1 inch
- 1 quả xoài, gọt vỏ, bỏ hạt và cắt thành khối 1 inch
- 4 con tôm hùm đá hoặc đuôi tôm hùm Maine lớn
- ¾ cốc nước tương ngọt
- 1 cốc bơ, đun chảy
- 4 miếng chanh

HƯỚNG DẪN:

a) Nếu bạn nướng bằng xiên tre, hãy ngâm chúng trong nước ít nhất 30 phút. Đốt lò nướng ở nhiệt độ vừa phải , khoảng 350¼F.

b) Lần lượt xiên các loại quả dứa, chuối và xoài vào que, mỗi que dùng khoảng 2 miếng.

c) Cắt đuôi tôm hùm bằng cách xẻ dọc theo từng đuôi qua phần vỏ tròn ở trên và phần thịt, giữ nguyên phần vỏ phẳng ở dưới. Nếu vỏ rất cứng, hãy dùng kéo nhà bếp cắt qua phần vỏ tròn và dùng dao cắt qua phần thịt.

d) Nhẹ nhàng mở đuôi cá ra để lộ phần thịt.

e) Quét nhẹ lớp nước tương lên xiên trái cây và thịt tôm hùm. Quét lớp nước tương lên vỉ nướng và phủ một lớp dầu lên đó. Đặt đuôi tôm hùm, mặt thịt hướng xuống, trực tiếp lên bếp, và nướng cho đến khi có dấu nướng đẹp, từ 3 đến 4 phút. Dùng thìa hoặc kẹp ấn đuôi tôm vào vỉ nướng để giúp thịt chín vàng. Lật và nướng cho đến khi thịt cứng và trắng, rưới lớp nước tương lên, thêm từ 5 đến 7 phút nữa.

f) Trong khi đó, nướng xiên trái cây cùng với tôm hùm cho đến khi có vệt cháy xém đẹp mắt, mỗi mặt khoảng 3 đến 4 phút.

g) Ăn kèm với bơ tan chảy và vắt chanh.

38.Salad đậu đen nhiệt đới với xoài

THÀNH PHẦN:

- 3 cốc đậu đen nấu chín, để ráo và rửa sạch
- ½ chén ớt chuông đỏ thái nhỏ
- ¼ cốc hành tây đỏ băm nhỏ
- ¼ cốc rau mùi tươi băm nhỏ
- 1 quả ớt jalapeño, bỏ hạt và băm nhỏ (tùy chọn)
- 3 thìa dầu hạt nho
- 2 thìa nước cốt chanh tươi
- 2 thìa mật hoa thùa
- ¼ thìa cà phê muối
- ⅛ thìa cà phê ớt bột

HƯỚNG DẪN:

a) Trong một cái bát lớn, trộn đậu, xoài, ớt chuông, hành tây, rau mùi và ớt jalapeño nếu dùng, rồi để sang một bên.

b) Trong một bát nhỏ, trộn đều dầu, nước cốt chanh, mật hoa thùa, muối và ớt cayenne. Đổ nước sốt vào salad và trộn đều.

c) Để lạnh trong 20 phút và dùng.

39.Bát cơm nhiệt đới

THÀNH PHẦN:

CÁI BÁT

- 1 củ khoai lang, gọt vỏ và cắt thành từng miếng vừa ăn
- 1 thìa canh dầu ô liu nguyên chất
- 2 chén gạo hoa nhài, nấu chín
- 1 quả dứa, gọt vỏ, bỏ lõi và cắt thành từng miếng vừa ăn
- ¼ cốc hạt điều
- 4 thìa hạt gai dầu sống đã tách vỏ

SỐT CHUA NGỌT

- 1 thìa bột ngô
- ½ cốc dứa thái nhỏ
- ¼ cốc giấm gạo
- ⅓ cốc đường nâu nhạt
- 3 thìa canh tương cà
- 2 thìa nước tương

HƯỚNG DẪN:

KHOAI LANG

a) Làm nóng lò ở nhiệt độ 425ºF.

b) Trộn khoai lang với dầu. Đặt lên khay nướng và nướng trong 30 phút.

c) Lấy ra khỏi lò và để nguội.

SỐT CHUA NGỌT

d) Trộn đều bột ngô và 1 thìa canh nước trong một cái bát nhỏ. Để sang một bên.

e) Cho dứa và ¼ cốc nước vào máy xay. Xay cho đến khi hỗn hợp mịn nhất có thể.

f) Cho hỗn hợp dứa, giấm gạo, đường nâu, tương cà và nước tương vào một chiếc chảo vừa.

g) Đun sôi ở mức lửa vừa cao.

h) Khuấy hỗn hợp bột ngô và nấu cho đến khi đặc lại, khoảng một phút. Nhấc khỏi bếp và để sang một bên trong khi sắp xếp bát.

CUỘC HỌP

i) Đổ gạo vào đáy mỗi bát. Thêm các hàng dứa, hạt điều, hạt gai dầu và khoai lang.

j) Rưới nước sốt chua ngọt lên trên.

40.Thịt heo nướng nhiệt đới

THÀNH PHẦN:

- 8 xiên gỗ hoặc kim loại
- 2 pound thịt thăn heo, cắt thành từng miếng 1 inch
- 2 quả ớt chuông đỏ lớn, bỏ lõi, rửa sạch và cắt thành 8 miếng
- 1 quả ớt chuông xanh, bỏ lõi, rửa sạch và cắt thành 8 miếng
- ½ quả dứa tươi, cắt thành 4 múi rồi thái miếng
- ½ cốc mật ong
- ½ cốc nước cốt chanh
- 2 thìa vỏ chanh bào
- 3 tép tỏi, băm nhỏ
- ¼ cốc mù tạt vàng
- 1 thìa muối
- ¼ thìa cà phê hạt tiêu đen

HƯỚNG DẪN:

a) Nếu sử dụng xiên gỗ, hãy ngâm chúng trong nước từ 15 đến 20 phút.

b) Lần lượt xiên từng xiên thịt lợn, 2 miếng ớt đỏ, 1 miếng ớt xanh và 2 miếng dứa.

c) Trong một đĩa nướng 9" x 13", trộn mật ong, nước cốt chanh, vỏ chanh bào, tỏi, mù tạt vàng, muối và hạt tiêu đen; trộn đều. Đặt thịt nướng vào đĩa nướng và xoay để phủ nước ướp. Đậy nắp và để trong tủ lạnh ít nhất 4 giờ hoặc qua đêm, thỉnh thoảng xoay .

d) Làm nóng lò nướng ở mức nhiệt vừa phải - cao. Rưới nước ướp lên thịt nướng; bỏ phần nước ướp thừa.

e) Nướng thịt xiên trong 7 đến 9 phút, hoặc cho đến khi thịt lợn không còn màu hồng, lật thường xuyên để thịt chín đều các mặt.

41.Thịt lợn nướng Jamaica

THÀNH PHẦN:

- 2 pound thăn heo, cắt thành khối vuông hoặc dải
- 3 thìa gia vị Jamaica
- 2 thìa dầu thực vật
- 2 thìa nước cốt chanh
- 2 thìa canh nước tương
- 2 thìa đường nâu
- 2 tép tỏi, băm nhỏ
- 1 thìa gừng nạo
- Muối và hạt tiêu cho vừa ăn

HƯỚNG DẪN:

a) Cho gia vị Jamaica, dầu thực vật, nước cốt chanh, nước tương, đường nâu, tỏi băm, gừng nạo, muối và hạt tiêu vào bát.

b) Cho các khối hoặc dải thăn heo vào bát và trộn đều để thịt được phủ đều nước ướp.

c) Đậy kín bát và để trong tủ lạnh ít nhất 1 giờ hoặc qua đêm để có hương vị đậm đà hơn.

d) Làm nóng lò nướng hoặc chảo nướng ở mức lửa vừa cao.

e) Lấy thịt lợn ra khỏi nước ướp, rũ bỏ phần nước ướp thừa.

f) Nướng thịt lợn mỗi mặt trong khoảng 4-6 phút, hoặc cho đến khi chín và cháy xém.

g) Trong khi nướng, rưới phần nước ướp còn lại lên thịt lợn.

h) Sau khi nấu chín, cho thịt lợn vào đĩa và để yên trong vài phút.

i) Dùng thịt lợn ướp Jamaica như một món chính nhiệt đới cay nồng và đậm đà.

j) Thưởng thức hương vị khói và thơm của gia vị jerk!

42.Đậu phụ cà ri xoài

THÀNH PHẦN:

- 1 khối (14 oz) đậu phụ cứng, để ráo nước và cắt thành khối vuông
- 1 thìa canh dầu thực vật
- 1 củ hành tây, thái lát
- 2 tép tỏi, băm nhỏ
- 1 thìa bột cà ri
- 1 thìa cà phê thìa là xay
- ½ thìa cà phê bột nghệ
- ½ thìa cà phê rau mùi xay
- ¼ thìa cà phê ớt cayenne (điều chỉnh theo khẩu vị)
- 1 lon (14 oz) nước cốt dừa
- 1 quả xoài chín, gọt vỏ, bỏ hạt và thái hạt lựu
- 1 thìa nước cốt chanh
- Muối vừa ăn
- Rau mùi tươi cắt nhỏ để trang trí
- Cơm nấu chín hoặc bánh mì naan để phục vụ

HƯỚNG DẪN:

a) Đun nóng dầu thực vật trong chảo lớn hoặc chảo xào ở mức lửa vừa.

b) Thêm hành tây thái lát và tỏi băm vào xào trong 2-3 phút cho đến khi mềm và thơm.

c) Thêm bột cà ri, thìa là xay, nghệ xay, rau mùi xay và ớt cayenne. Khuấy đều để hành tây và tỏi được phủ gia vị.

d) Cho đậu phụ cắt khối vào chảo và nấu trong 3-4 phút cho đến khi hơi vàng.

e) Đổ nước cốt dừa vào và đun nhỏ lửa.

f) Thêm xoài thái hạt lựu và nước cốt chanh vào chảo, nêm muối cho vừa ăn.

g) Đun nhỏ lửa trong 5-6 phút cho đến khi đậu phụ nóng đều và các hương vị hòa quyện với nhau.

h) Trang trí với rau mùi tươi cắt nhỏ.

i) Ăn đậu phụ cà ri xoài với cơm chín hoặc bánh mì naan để có món chính nhiệt đới hấp dẫn.

j) Thưởng thức món cà ri xoài thơm ngon béo ngậy với đậu phụ mềm và gia vị thơm!

43.Salad đậu đen và hạt diêm mạch xoài Caribê

THÀNH PHẦN:

- 1 cốc hạt diêm mạch nấu chín, ướp lạnh
- 1 lon (15 oz) đậu đen, rửa sạch và để ráo nước
- 1 quả xoài chín, gọt vỏ, bỏ hạt và thái hạt lựu
- 1 quả ớt chuông đỏ, thái hạt lựu
- ¼ cốc hành tây đỏ thái nhỏ
- ¼ cốc rau mùi tươi cắt nhỏ
- Nước ép của 1 quả chanh
- 2 thìa dầu ô liu
- 1 thìa cà phê thìa là xay
- Muối và hạt tiêu cho vừa ăn

HƯỚNG DẪN:

a) Trong một chiếc bát lớn, trộn đều hạt diêm mạch nấu chín, đậu đen, xoài thái hạt lựu, ớt chuông đỏ thái hạt lựu, hành tây đỏ thái nhỏ và rau mùi tươi thái nhỏ.

b) Trộn đều nước cốt chanh, dầu ô liu, thìa là xay, muối và hạt tiêu trong một cái bát nhỏ.

c) Đổ nước sốt vào hỗn hợp quinoa và trộn đều.

d) Nêm lại gia vị nếu cần.

e) Đậy nắp bát và để trong tủ lạnh ít nhất 30 phút để các hương vị hòa quyện với nhau.

f) Trước khi dùng, hãy trộn nhẹ salad để đảm bảo tất cả các nguyên liệu được hòa quyện đều.

g) Dùng món salad đậu đen Caribê và hạt diêm mạch xoài như một món chính nhiệt đới tươi mát và bổ dưỡng.

h) Thưởng thức sự kết hợp của đậu đen giàu protein, xoài mọng nước và rau mùi thơm trong từng miếng cắn!

44.Gà Teriyaki Hawaii

THÀNH PHẦN:

- 4 đùi gà không xương, không da
- ¼ cốc nước tương
- ¼ cốc nước ép dứa
- 2 thìa mật ong
- 2 thìa canh giấm gạo
- 1 thìa canh dầu mè
- 2 tép tỏi, băm nhỏ
- 1 thìa gừng nạo
- Lát dứa để trang trí
- Hành lá cắt nhỏ để trang trí

HƯỚNG DẪN:

a) Trộn đều nước tương, nước ép dứa, mật ong, giấm gạo, dầu mè, tỏi băm và gừng băm trong bát.

b) Đặt đùi gà vào đĩa nông và đổ nước ướp lên trên. Đảm bảo thịt gà được phủ đều.

c) Đậy nắp đĩa và để trong tủ lạnh ít nhất 1 giờ hoặc qua đêm để có hương vị đậm đà hơn.

d) Làm nóng lò nướng hoặc chảo nướng ở mức lửa vừa cao.

e) Lấy đùi gà ra khỏi nước ướp, rũ bỏ phần nước ướp thừa.

f) Nướng gà mỗi mặt khoảng 5-6 phút, hoặc cho đến khi chín và cháy xém.

g) Trong khi nướng, rưới phần nước ướp còn lại lên thịt gà.

h) Sau khi nấu chín, cho thịt gà vào đĩa và để yên trong vài phút.

i) Trang trí bằng vài lát dứa và hành lá cắt nhỏ.

j) Dùng gà teriyaki Hawaii như món chính lấy cảm hứng từ vùng nhiệt đới.

k) Thưởng thức thịt gà mềm và đậm đà với nước sốt teriyaki ngọt và chua!

45.Cà ri tôm chanh dừa

THÀNH PHẦN:

- 1 pound tôm, lột vỏ và bỏ chỉ
- 1 lon (13,5 oz) nước cốt dừa
- Nước ép và vỏ của 2 quả chanh
- 2 thìa canh bột cà ri xanh Thái
- 1 thìa canh nước mắm
- 1 thìa đường nâu
- 1 quả ớt chuông đỏ, thái lát
- 1 quả bí ngồi, thái lát
- 1 cốc đậu que
- 1 thìa canh dầu thực vật
- Rau mùi tươi để trang trí
- Cơm nấu chín để phục vụ

HƯỚNG DẪN:

a) Đun nóng dầu thực vật trong chảo lớn hoặc chảo xào ở mức lửa vừa.

b) Thêm bột cà ri xanh Thái vào chảo và nấu trong 1 phút cho đến khi có mùi thơm.

c) Đổ nước cốt dừa vào và khuấy đều để hòa quyện với hỗn hợp cà ri.

d) Thêm nước mắm, đường nâu, nước cốt chanh và vỏ chanh. Khuấy cho đến khi tan.

e) Thêm ớt chuông đỏ thái lát, bí xanh và đậu Hà Lan vào chảo. Khuấy đều để rau được phủ đều trong nước sốt cà ri.

f) Đun nhỏ lửa trong 5-6 phút cho đến khi rau mềm.

g) Cho tôm vào chảo và nấu thêm 3-4 phút nữa cho đến khi tôm chuyển sang màu hồng và chín kỹ.

h) Nhấc ra khỏi bếp và trang trí bằng rau mùi tươi.

i) Ăn món cà ri tôm chanh dừa cùng cơm chín để có một bữa ăn nhiệt đới thơm ngon.

j) Thưởng thức nước sốt cà ri dừa béo ngậy với tôm ngon ngọt và rau củ giòn!

46.Dê cà ri Jamaica

THÀNH PHẦN:

- 2 pound thịt dê, cắt thành khối vuông
- 2 thìa bột cà ri Jamaica
- 1 củ hành tây, thái nhỏ
- 3 tép tỏi, băm nhỏ
- 1 quả ớt chuông Scotch Bonnet, bỏ hạt và băm nhỏ
- 1 thìa canh dầu thực vật
- 2 cốc nước cốt dừa
- 2 cốc nước
- 2 nhánh húng tây tươi
- Muối và hạt tiêu cho vừa ăn
- Cơm nấu chín hoặc bánh roti để phục vụ

HƯỚNG DẪN:

a) Trong một cái bát, ướp thịt dê với bột cà ri Jamaica, muối và hạt tiêu. Trộn đều để thịt được phủ đều.

b) Đun nóng dầu thực vật trong nồi lớn hoặc nồi gang ở mức lửa vừa.

c) Cho thịt dê đã ướp gia vị vào nồi và áp chảo cho đến khi thịt chuyển sang màu nâu ở tất cả các mặt. Lấy thịt ra khỏi nồi và để sang một bên.

d) Trong cùng một nồi, thêm hành tây thái nhỏ, tỏi băm và ớt scotch bonnet băm nhỏ (nếu dùng). Xào trong 2-3 phút cho đến khi hành tây trong và thơm.

e) Đổ thịt dê đã chín vàng trở lại nồi và khuấy đều với hành tây và tỏi.

f) Đổ nước cốt dừa và nước vào. Khuấy đều để hòa tan chất lỏng.

g) Thêm nhánh húng tây tươi vào nồi và đun sôi hỗn hợp.

h) Giảm lửa xuống mức thấp, đậy nắp nồi và để sôi liu riu trong khoảng 2-3 giờ, hoặc cho đến khi thịt dê mềm và có hương vị. Thỉnh thoảng khuấy để tránh bị dính.

i) Nêm gia vị bằng muối và hạt tiêu cho vừa ăn.

j) Ăn món cà ri dê Jamaica với cơm hoặc bánh roti để có món chính nhiệt đới đích thực và thịnh soạn.

k) Thưởng thức hương vị thơm ngon đậm đà của thịt dê nấu cà ri!

47.Cá Tacos kiểu Caribê

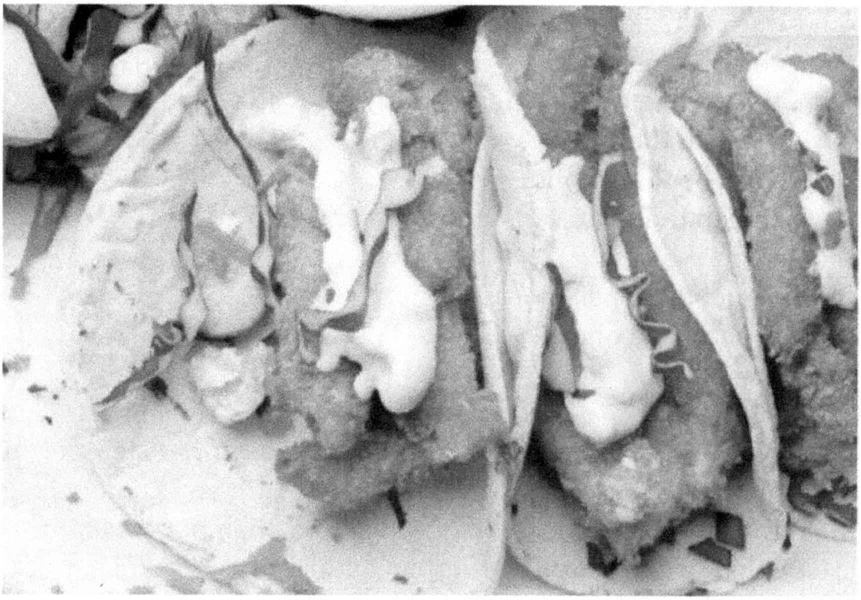

THÀNH PHẦN:

- 1 pound phi lê cá trắng (như cá tuyết hoặc cá rô phi)
- ¼ cốc bột mì đa dụng
- 1 thìa canh gia vị cay Caribê
- ½ thìa cà phê muối
- ¼ thìa cà phê hạt tiêu đen
- 2 thìa dầu thực vật
- 8 chiếc bánh ngô nhỏ
- Rau diếp thái nhỏ
- Quả bơ thái lát
- Rau mùi tươi thái nhỏ
- Múi chanh để phục vụ

HƯỚNG DẪN:

a) Trộn đều bột mì, gia vị cay Caribê, muối và hạt tiêu đen trong một chiếc đĩa nông.

b) Lăn miếng cá vào hỗn hợp bột mì, rũ bỏ phần bột thừa.

c) Đun nóng dầu thực vật trong chảo lớn ở mức lửa vừa.

d) Cho các miếng cá đã tẩm bột vào chảo và nấu mỗi mặt trong khoảng 3-4 phút, hoặc cho đến khi cá chín và có màu vàng nâu.

e) Lấy cá ra khỏi chảo và để yên trong vài phút.

f) Làm nóng bánh ngô trong chảo khô hoặc lò vi sóng.

g) Tách cá đã nấu chín và chia vào bánh ngô.

h) Trải xà lách xắt nhỏ, bơ thái lát và rau mùi tươi thái nhỏ lên trên cá.

i) Vắt nước cốt chanh tươi lên trên lớp phủ.

j) Phục vụ món cá tacos theo phong cách Caribê như một món chính nhiệt đới và đậm đà hương vị.

k) Thưởng thức món cá giòn tan, thấm gia vị cùng các loại topping tươi ngon!

48. Cá hồi sốt xoài

THÀNH PHẦN:

- 4 miếng phi lê cá hồi
- 1 quả xoài chín, gọt vỏ, bỏ hạt và xay nhuyễn
- 2 thìa canh nước tương
- 2 thìa mật ong
- 2 thìa nước cốt chanh
- 2 tép tỏi, băm nhỏ
- 1 thìa gừng nạo
- Muối và hạt tiêu cho vừa ăn
- Rau mùi tươi cắt nhỏ để trang trí

HƯỚNG DẪN:

a) Làm nóng lò ở nhiệt độ 375°F (190°C).

b) Trộn đều hỗn hợp xoài xay, nước tương, mật ong, nước cốt chanh, tỏi băm, gừng nạo, muối và hạt tiêu trong bát.

c) Đặt phi lê cá hồi vào đĩa nướng và đổ nước sốt xoài lên trên. Đảm bảo cá hồi được phủ đều.

d) Nướng trong lò đã được làm nóng trước trong khoảng 12-15 phút, hoặc cho đến khi cá hồi chín và dễ dàng tách ra bằng nĩa.

e) Rưới nước sốt lên cá hồi một hoặc hai lần trong khi nướng.

f) Sau khi nấu chín, lấy cá hồi ra khỏi lò và để yên trong vài phút.

g) Trang trí với rau mùi tươi cắt nhỏ.

h) Dùng cá hồi sốt xoài như một món chính nhiệt đới và đậm đà hương vị.

i) Thưởng thức món cá hồi ngọt ngào, hấp dẫn cùng nước sốt xoài chua chua, thơm nồng!

49.Cà ri rau củ vùng Caribê

THÀNH PHẦN:

- 1 thìa canh dầu thực vật
- 1 củ hành tây, thái nhỏ
- 2 tép tỏi, băm nhỏ
- 1 quả ớt chuông đỏ, thái hạt lựu
- 1 quả ớt chuông vàng, thái hạt lựu
- 1 quả bí ngồi, thái hạt lựu
- 1 củ khoai lang, gọt vỏ và thái hạt lựu
- 1 cốc hoa súp lơ
- 1 lon (14 oz) nước cốt dừa
- 2 thìa bột cà ri Caribê
- 1 thìa cà phê thìa là xay
- 1 thìa cà phê rau mùi xay
- ¼ thìa cà phê ớt cayenne (điều chỉnh theo khẩu vị)
- Muối và hạt tiêu cho vừa ăn
- Rau mùi tươi cắt nhỏ để trang trí
- Cơm nấu chín hoặc bánh roti để phục vụ

HƯỚNG DẪN:

a) Đun nóng dầu thực vật trong chảo hoặc nồi lớn trên lửa vừa.

b) Thêm hành tây băm nhỏ và tỏi băm vào xào trong 2-3 phút cho đến khi mềm và thơm.

c) Thêm ớt chuông đỏ và vàng thái hạt lựu, bí xanh thái hạt lựu, khoai lang thái hạt lựu và bông cải xanh vào chảo. Khuấy đều để rau được phủ dầu.

d) Nấu trong 5-6 phút cho đến khi rau bắt đầu mềm.

e) Trộn đều bột cà ri Caribê, thìa là xay, rau mùi xay, ớt cayenne, muối và hạt tiêu trong một cái bát nhỏ.

f) Rắc hỗn hợp gia vị lên rau trong chảo và khuấy đều.

g) Đổ nước cốt dừa vào và khuấy đều với gia vị và rau.

h) Đun sôi hỗn hợp và đậy nắp chảo. Đun trong khoảng 15-20 phút, hoặc cho đến khi rau mềm và các hương vị hòa quyện vào nhau.

i) Nêm lại gia vị nếu cần.

j) Trang trí với rau mùi tươi cắt nhỏ.

k) Ăn cà ri rau Caribe với cơm chín hoặc bánh roti để có món chính nhiệt đới đậm đà và ngon miệng.

l) Thưởng thức hương vị thơm ngon và hấp dẫn của rau củ nấu cà ri!

50. Gà Jerk với sốt xoài

THÀNH PHẦN:

- 4 miếng ức gà không xương, không da
- 2 thìa gia vị Jamaica
- 2 thìa dầu thực vật
- Muối và hạt tiêu cho vừa ăn

SỐT XOÀI:

- 1 quả xoài chín, gọt vỏ, bỏ hạt và thái hạt lựu
- ½ củ hành tây đỏ, thái nhỏ
- ½ quả ớt chuông đỏ, thái nhỏ
- ½ quả ớt jalapeno, bỏ hạt và gân, thái nhỏ
- Nước ép của 1 quả chanh
- 2 thìa canh rau mùi tươi thái nhỏ
- Muối vừa ăn

HƯỚNG DẪN:

a) Làm nóng lò nướng hoặc khay nướng ở mức lửa vừa cao.

b) Xát gia vị Jamaica, dầu thực vật, muối và hạt tiêu lên ức gà.

c) Nướng gà trong khoảng 6-8 phút mỗi mặt, hoặc cho đến khi chín và cháy xém. Nhiệt độ bên trong phải đạt 165°F (74°C).

d) Lấy thịt gà ra khỏi vỉ nướng và để yên trong vài phút.

e) Trong khi đó, chuẩn bị nước sốt xoài bằng cách trộn xoài thái hạt lựu, hành tây đỏ thái nhỏ, ớt chuông đỏ thái nhỏ, ớt jalapeno thái nhỏ, nước cốt chanh, rau mùi tươi thái nhỏ và muối trong bát. Trộn đều để kết hợp.

f) Thái thịt gà nướng thành từng lát và thưởng thức kèm một thìa sốt xoài đầy đặn bên trên.

g) Dùng thịt gà cay kèm với sốt xoài như một món chính nhiệt đới và cay nồng.

h) Thưởng thức hương vị cay nồng nàn kết hợp với nước sốt xoài tươi mát và trái cây!

51.Sườn heo nướng kiểu Hawaii

THÀNH PHẦN:

- 2 miếng sườn heo
- 1 cốc nước ép dứa
- ½ cốc tương cà
- ¼ cốc nước tương
- ¼ cốc đường nâu
- 2 thìa canh giấm gạo
- 2 tép tỏi, băm nhỏ
- 1 thìa gừng nạo
- Muối và hạt tiêu cho vừa ăn

HƯỚNG DẪN:

a) Làm nóng lò ở nhiệt độ 325°F (163°C).

b) Trộn đều nước ép dứa, tương cà, nước tương, đường nâu, giấm gạo, tỏi băm, gừng nạo, muối và hạt tiêu trong bát.

c) Đặt các miếng sườn heo vào đĩa nướng hoặc khay nướng lớn.

d) Đổ nước ướp lên sườn, đảm bảo sườn được phủ đều tất cả các mặt. Giữ lại một ít nước ướp để rưới lên.

e) Đậy đĩa bằng giấy bạc và cho vào lò nướng đã được làm nóng trước.

f) Nướng sườn trong khoảng 2 giờ, hoặc cho đến khi sườn mềm và thịt bắt đầu tách ra khỏi xương.

g) Bỏ lớp giấy bạc ra và rưới nước ướp còn lại lên sườn.

h) Tăng nhiệt độ lò lên 400°F (200°C) và cho sườn vào lò, không đậy nắp.

i) Nướng thêm 15-20 phút nữa, hoặc cho đến khi sườn có màu caramel đẹp mắt và nước sốt sánh lại.

j) Lấy ra khỏi lò và để sườn nghỉ vài phút trước khi dùng.

k) Dùng sườn heo nướng kiểu Hawaii như một món chính nhiệt đới và ngon ngọt.

l) Thưởng thức miếng sườn mềm và đậm đà cùng nước sốt BBQ ngọt và chua!

52.Bít tết nướng kiểu Caribê với sốt Salsa dứa

THÀNH PHẦN:

- 2 pound thịt thăn bò
- 2 thìa gia vị cay Caribê
- 2 thìa dầu thực vật
- Muối và hạt tiêu cho vừa ăn

SỐT SALSA DỨA:

- 1 cốc dứa thái hạt lựu
- ½ củ hành tây đỏ, thái nhỏ
- ½ quả ớt chuông đỏ, thái nhỏ
- ½ quả ớt jalapeno, bỏ hạt và gân, thái nhỏ
- Nước ép của 1 quả chanh
- 2 thìa canh rau mùi tươi thái nhỏ
- Muối vừa ăn

HƯỚNG DẪN:

a) Làm nóng lò nướng hoặc khay nướng ở mức lửa vừa cao.

b) Xát gia vị Caribbean, dầu thực vật, muối và hạt tiêu lên thịt thăn bò.

c) Nướng thịt bò bít tết trong khoảng 4-6 phút mỗi mặt, hoặc cho đến khi đạt được độ chín mong muốn. Để thịt nghỉ trong vài phút trước khi thái lát.

d) Trong khi đó, chuẩn bị nước sốt dứa bằng cách trộn dứa thái hạt lựu, hành tây đỏ thái nhỏ, ớt chuông đỏ thái nhỏ, ớt jalapeno thái nhỏ, nước cốt chanh, rau mùi tươi thái nhỏ và muối trong bát. Trộn đều để kết hợp.

e) Cắt thịt bò nướng theo thớ và thưởng thức kèm một thìa sốt salsa dứa đầy đặn bên trên.

f) Phục vụ món bít tết nướng Caribê với sốt salsa dứa như một món chính nhiệt đới và đậm đà hương vị.

MÓN TRÁNG MIỆNG NHIỆT ĐỚI

53.Pavlova trái cây nhiệt đới

THÀNH PHẦN:

- 4 lòng trắng trứng lớn ở nhiệt độ phòng
- 1 nhúm muối
- 225 gram đường xay
- 2 thìa bột ngô
- 1 nhúm kem tartar
- 1 thìa cà phê giấm rượu trắng
- 4 giọt chiết xuất vani
- 2 Quả chanh dây
- Trái cây nhiệt đới chín như xoài; kiwi, trái khế và quả lý gai
- 150 ml Kem tươi
- 200 ml kem chua

HƯỚNG DẪN

a) Làm nóng lò ở nhiệt độ 150 độ C/300 độ F/Gas 2.

b) Lót giấy nến chống dính vào khay nướng và vẽ một vòng tròn có đường kính 22cm/9". Đối với phần Meringue: Đánh lòng trắng trứng và muối trong một chiếc bát lớn, sạch cho đến khi hỗn hợp bông cứng.

c) Đánh tan đường từng phần ba, đánh đều giữa mỗi lần thêm cho đến khi cứng và rất bóng. Rắc bột ngô, kem tartar, giấm và chiết xuất vani lên trên, và trộn nhẹ nhàng.

d) Đổ hỗn hợp lòng trắng trứng vào tờ giấy bên trong hình tròn, đảm bảo có một lỗ rỗng đáng kể ở giữa.

e) Cho vào lò nướng và ngay lập tức giảm nhiệt xuống 120c/250f/Gas ¼ và nấu trong 1½-2 giờ cho đến khi có màu nâu nhạt nhưng hơi mềm ở giữa. Tắt lò, để cửa hé mở và để nguội hoàn toàn.

f) Đối với phần nhân: Cắt đôi quả chanh dây và múc phần thịt ra. Gọt vỏ và thái lát loại trái cây bạn chọn nếu cần.

g) Cho kem vào bát và đánh cho đến khi đặc lại, sau đó cho kem chua vào. Lột lớp giấy ra khỏi bánh pavlova và đặt lên đĩa.

h) Đổ hỗn hợp kem lên trên và xếp hoa quả lên trên, trang trí bằng phần thịt quả chanh dây. Ăn ngay.

54.Sorbet Margarita nhiệt đới

THÀNH PHẦN:

- 1 cốc đường
- 1 cốc sốt chanh dây
- 1½ pound xoài chín, gọt vỏ, bỏ hạt và thái hạt lựu
- Vỏ bào của 2 quả chanh
- 2 thìa rượu tequila Blanco (trắng)
- 1 thìa canh rượu mùi cam
- 1 thìa xi-rô ngô nhạt
- ½ thìa cà phê muối kosher

HƯỚNG DẪN:

a) Trong một chiếc chảo nhỏ, trộn đường và sốt chanh dây.

b) Đun nhỏ lửa ở mức lửa vừa, khuấy đều để hòa tan

c) đường. Nhấc ra khỏi bếp và để nguội.

d) Trong máy xay sinh tố, trộn hỗn hợp chanh dây, xoài thái hạt lựu, vỏ chanh, rượu tequila, rượu mùi cam, xi-rô ngô và muối. Xay nhuyễn cho đến khi mịn.

e) Đổ hỗn hợp vào bát, đậy nắp và để trong tủ lạnh cho đến khi lạnh, ít nhất 4 giờ hoặc có thể để qua đêm.

f) Đông lạnh và khuấy trong máy làm kem theo hướng dẫn của nhà sản xuất.

g) Để có độ mềm (theo tôi là tốt nhất), hãy dùng ngay sorbet; để có độ cứng hơn, hãy chuyển sorbet vào hộp đựng, đậy nắp và để đông lại trong tủ đông từ 2 đến 3 giờ.

55.Kem Gelato nhiệt đới dừa và dứa

THÀNH PHẦN:

- 1 quả trứng
- 50 gram Đường
- 250 ml nước cốt dừa
- 200 ml kem đặc
- ½ quả dứa nguyên Dứa tươi
- 1 Rượu Rum

HƯỚNG DẪN:

a) Sử dụng chiếc bát lớn nhất vì bạn sẽ trộn tất cả các nguyên liệu vào cùng chiếc bát mà bạn dùng để đánh kem.

b) Tách lòng đỏ và lòng trắng trứng. Làm hỗn hợp meringue cứng bằng lòng trắng trứng và một nửa lượng đường. Trộn một nửa lượng đường còn lại với lòng đỏ trứng và trộn cho đến khi có màu trắng.

c) Đánh kem tươi cho đến khi tạo thành chóp mềm. Thêm nước cốt dừa và trộn nhẹ.

d) Bạn có thể cắt nhỏ dứa hoặc nghiền nát bằng máy xay sinh tố thành hỗn hợp hơi thô.

e) Đến thời điểm này, công đoạn chuẩn bị đã hoàn tất. Không cần phải quá chính xác. Trộn tất cả vào bát kem đặc và nước cốt dừa. Thêm meringue và trộn đều.

f) Đổ vào hộp Tupperware và đông lạnh cho đến khi dùng hết. Bạn không cần phải khuấy giữa chừng.

g) Nếu bạn băm nhỏ dứa thành hỗn hợp mịn, thành phẩm sẽ mềm hơn và giống kem gelato chính hiệu hơn.

h) Khi bạn múc gelato vào đĩa đựng, hãy thử rưới một ít rượu rum lên. Nó có vị tuyệt vời, giống như một ly cocktail piña colada.

56.Trifle nhiệt đới

THÀNH PHẦN:

- Ba hộp sữa đặc 12 ounce
- 4 cốc sữa nguyên chất
- 1 cốc cộng thêm 2 thìa đường
- 6 Lòng đỏ trứng đánh nhẹ
- 2 muỗng canh rượu sherry ngọt hoặc rượu tráng miệng
- 1 thìa cà phê Vani
- 1 cốc dâu tây thái lát
- 12 lát bánh pound cake ngày cũ hoặc 24
- Bánh Ladyfinger hoặc 36 chiếc bánh macaron
- 3 quả xoài, gọt vỏ và thái lát
- 5 quả Kiwi, gọt vỏ và thái lát
- 1 cốc nho đỏ không hạt cắt đôi

HƯỚNG DẪN:

a) Đun nóng sữa trong chảo ở lửa nhỏ.

b) Thêm 1 cốc đường và lòng đỏ trứng, khuấy chậm để trứng không bị vón cục.

c) Tiếp tục nấu, khuấy liên tục, cho đến khi hỗn hợp trở nên rất đặc.

d) Không để sôi vì sẽ bị đông lại. Thêm rượu sherry và vani.

e) Nhấc khỏi bếp và để nguội. Trộn quả mọng với 2 thìa đường và để sang một bên.

f) Xếp các lát bánh vào đĩa đựng đồ ăn vặt.

g) Đổ một nửa phần kem đã nguội lên bánh, sau đó thêm một nửa phần trái cây, bao gồm cả quả mọng.

h) Thêm một lớp bánh nữa và phủ phần kem trứng còn lại lên trên, sau đó là hoa quả.

i) Làm lạnh cho đến khi dùng. Nếu muốn, rắc thêm rượu sherry lên bánh trước khi dùng.

57.Kem cuộn nhiệt đới

THÀNH PHẦN:

- Kem Vani Cuộn
- 1½ cốc xoài đông lạnh đã rã đông
- Màu thực phẩm màu vàng

PHỦ BÊN TRÊN THỨC ĂN

- Kem dừa đánh bông, rã đông
- Xoài tươi, thái nhỏ
- Dừa chiên giòn

HƯỚNG DẪN:

a) Chuẩn bị kem cuộn vani theo hướng dẫn, ngoại trừ việc trộn các nguyên liệu trong máy xay sinh tố với 1-½ cốc xoài đông lạnh đã rã đông và pha màu thực phẩm màu vàng.

b) Đậy nắp và trộn cho đến khi mịn.

c) Phủ kem tươi dừa đã rã đông, xoài thái nhỏ và vụn dừa nướng lên trên các cuộn đông lạnh.

58.Mousse trái cây nhiệt đới

THÀNH PHẦN:

- 1 cốc nước ép dứa không đường
- 1 cốc nước ép quả mọng hữu cơ tươi
- 1 cốc kem tươi không đường

HƯỚNG DẪN:

a) Đun nóng ở nhiệt độ cao.

b) Giảm lửa xuống mức trung bình và đun nhỏ lửa, khuấy liên tục trong 5 phút cho đến khi hỗn hợp đặc lại.

c) Nhấc ra khỏi bếp và để nguội hoàn toàn.

d) Trộn kem tươi vào hỗn hợp nước ép đã nguội.

e) Múc vào 6 đĩa đựng riêng biệt và cho vào tủ lạnh cho đến khi lạnh.

59.Kem trái cây nhiệt đới

THÀNH PHẦN:

- 2 cốc trái cây nhiệt đới chín đã gọt vỏ và cắt nhỏ
- 1 cốc siro đường
- 2 quả chanh
- 1 cốc sữa nguyên chất hoặc sữa bơ

HƯỚNG DẪN:

a) Xay nhuyễn hoặc xay nhuyễn trái cây nhiệt đới, sau đó lọc qua rây lưới mịn nếu bạn thích kết cấu mịn.

b) Đánh tan siro đường, vỏ chanh bào nhỏ và nước cốt của cả hai, cùng với sữa.

c) Đổ vào hộp đựng đông lạnh và đông lạnh bằng phương pháp trộn bằng tay , chia nhỏ ra hai hoặc ba lần trong quá trình đông lạnh.

d) Đông lạnh cho đến khi đông lại, sau đó múc vào vỏ dứa cắt đôi hoặc đĩa đựng và rắc hạt nhục đậu khấu tươi nạo lên.

e) Ăn kèm với các loại trái cây nhiệt đới nhỏ như vải thiều, nho hoặc dừa tươi nướng giòn.

f) Kem này có thể để đông lạnh tới 1 tháng.

g) Lấy ra khỏi tủ đông 10 phút trước khi dùng để mềm.

60.Kem que xoài dừa chia

THÀNH PHẦN:

- 2 quả xoài chín, gọt vỏ và bỏ hạt
- 1 cốc nước cốt dừa
- 2 thìa mật ong hoặc xi-rô cây phong
- 2 thìa hạt chia

HƯỚNG DẪN:

a) Cho xoài chín, nước cốt dừa và mật ong hoặc xi-rô cây phong vào máy xay sinh tố.

b) Trộn cho đến khi mịn và sánh.

c) Khuấy hạt chia vào và để yên trong 5 phút để hạt chia đặc lại.

d) Đổ hỗn hợp xoài dừa chia vào khuôn làm kem que.

e) Cắm que kem vào và đông lạnh ít nhất 4 giờ hoặc cho đến khi đông hoàn toàn.

f) Khi đã đông lại, lấy kem que ra khỏi khuôn và thưởng thức kem que xoài dừa chia nhiệt đới trong ngày nóng nực!

61.Panna Cotta xoài dừa

THÀNH PHẦN:

- 1 cốc sốt xoài
- 1 cốc nước cốt dừa
- ¼ cốc đường
- 1 thìa cà phê chiết xuất vani
- 2 thìa bột gelatin
- 2 thìa nước

HƯỚNG DẪN:

a) Rắc gelatin vào nước trong một cái bát nhỏ và để gelatin nở trong 5 phút.

b) Đun nóng hỗn hợp xoài, nước cốt dừa, đường và chiết xuất vani trong chảo ở lửa vừa cho đến khi hỗn hợp bắt đầu sôi lăn tăn.

c) Nhấc khỏi bếp và khuấy đều với gelatin đã nở cho đến khi tan hoàn toàn.

d) Đổ hỗn hợp vào từng cốc thủy tinh hoặc khuôn đựng nhỏ.

e) Để lạnh ít nhất 4 giờ hoặc cho đến khi đông lại.

f) Dùng lạnh và trang trí với lát xoài tươi hoặc dừa nạo.

62.Bánh nướng nhỏ Piña Colada

THÀNH PHẦN:

- 1 ½ cốc bột mì đa dụng
- 1 ½ thìa cà phê bột nở
- ¼ thìa cà phê muối
- ½ cốc bơ nhạt, làm mềm
- 1 cốc đường cát
- 2 quả trứng lớn
- 1 thìa cà phê chiết xuất vani
- ½ cốc nước ép dứa đóng hộp
- ¼ cốc nước cốt dừa
- ¼ cốc dừa nạo

HƯỚNG DẪN:

a) Làm nóng lò ở nhiệt độ 350°F (175°C) và lót giấy nến vào khuôn bánh nướng xốp.

b) Trộn đều bột mì, bột nở và muối trong bát.

c) Trong một bát lớn khác, trộn đều bơ và đường cho đến khi hỗn hợp nhẹ và xốp.

d) Đập từng quả trứng vào, sau đó cho thêm chiết xuất vani.

e) Dần dần thêm các nguyên liệu khô vào các nguyên liệu ướt, xen kẽ với nước ép dứa và nước cốt dừa.

f) Cho dừa nạo vào.

g) Chia đều hỗn hợp bột vào các khuôn bánh nướng nhỏ.

h) Nướng trong vòng 18-20 phút, hoặc cho đến khi cắm tăm vào giữa bánh rồi rút ra thấy sạch.

i) Lấy bánh ra khỏi lò và để bánh nguội hoàn toàn.

j) Phủ một lớp kem bơ dừa lên trên và trang trí bằng miếng dứa và dừa nạo.

63.Mousse chanh dây

THÀNH PHẦN:

- 1 cốc nước cốt chanh dây (lọc bỏ hạt)
- 1 cốc kem đặc
- ½ cốc sữa đặc có đường
- ½ thìa cà phê chiết xuất vani
- Hạt chanh dây tươi để trang trí (tùy chọn)

HƯỚNG DẪN:

a) Đánh bông kem tươi trong tô trộn cho đến khi tạo thành bọt mềm.

b) Trong một bát riêng, trộn thịt quả chanh dây, sữa đặc có đường và chiết xuất vani. Trộn đều.

c) Nhẹ nhàng trộn kem tươi vào hỗn hợp chanh dây cho đến khi hòa quyện.

d) Đổ hỗn hợp vào ly thủy tinh hoặc khuôn đựng.

e) Để lạnh ít nhất 2 giờ hoặc cho đến khi đông lại.

f) Trước khi dùng, rắc thêm hạt chanh dây tươi nếu thích.

g) Thưởng thức hương vị nhẹ nhàng và nhiệt đới của món kem chanh dây.

64.Xôi xoài

THÀNH PHẦN:

- 1 chén gạo nếp (gạo nếp)
- 1 cốc nước cốt dừa
- ½ cốc đường cát
- ¼ thìa cà phê muối
- 2 quả xoài chín, thái lát
- Hạt vừng rang để trang trí (tùy chọn)

HƯỚNG DẪN:

a) Rửa sạch gạo nếp dưới vòi nước lạnh cho đến khi nước trong.

b) Cho gạo đã vo sạch, nước cốt dừa, đường và muối vào nồi, trộn đều.

c) Đun hỗn hợp ở mức lửa vừa nhỏ, khuấy thường xuyên, cho đến khi gạo hấp thụ hết chất lỏng và trở nên dẻo và mềm (khoảng 20-25 phút).

d) Nhấc ra khỏi bếp và để nguội bớt.

e) Thưởng thức xôi xoài bằng cách đổ một nắm xôi vào đĩa hoặc bát và xếp những lát xoài lên trên.

f) Rắc thêm hạt vừng rang để tăng thêm độ giòn và hương vị béo ngậy.

65.Bánh phô mai ổi

THÀNH PHẦN:

ĐỐI VỚI VỎ BÁNH:

- 1 ½ cốc vụn bánh quy graham
- 1/4 cốc bơ đã đun chảy
- 2 thìa đường cát

ĐỐI VỚI NHÂN:

- 24 ounce (680g) phô mai kem, làm mềm
- 1 cốc đường cát
- 3 quả trứng lớn
- 1 thìa cà phê chiết xuất vani
- 1 cốc bột ổi, đun chảy và để nguội

ĐỐI VỚI LỚP PHỦ ỔI:

- 1 cốc nước ép ổi hoặc nước ép ổi
- 1/4 cốc đường cát
- 1 thìa bột ngô
- 1 thìa canh nước

HƯỚNG DẪN:

a) Làm nóng lò nướng ở nhiệt độ 325°F (163°C). Thoa mỡ vào khuôn lò xo 9 inch (23 cm) và để sang một bên.

b) Trong một bát vừa, trộn vụn bánh quy graham, bơ tan chảy và đường cát để làm vỏ bánh. Trộn đều cho đến khi hỗn hợp giống như cát ướt.

c) Nhấn đều hỗn hợp vụn bánh vào đáy khuôn lò xo đã chuẩn bị. Dùng mặt sau của thìa hoặc ly đáy phẳng để ấn chặt hỗn hợp xuống.

d) Trong một bát trộn lớn, đánh đều phô mai kem và đường cát với nhau cho đến khi mịn và sánh. Thêm trứng, từng quả một, đánh đều sau mỗi lần thêm. Khuấy đều chiết xuất vani.

e) Đổ hỗn hợp ổi đã tan chảy và nguội vào hỗn hợp phô mai kem và đánh cho đến khi hòa quyện đều. Đảm bảo không có cục.

f) Đổ nhân bánh phô mai lên lớp vỏ bánh trong khuôn lò xo. Làm phẳng mặt bánh bằng thìa dẹt.

g) Đặt khuôn lò xo lên khay nướng để hứng bất kỳ rò rỉ tiềm ẩn nào trong quá trình nướng. Nướng trong lò đã được làm nóng trước trong khoảng 55-60 phút, hoặc cho đến khi các cạnh đông lại và phần giữa hơi rung lắc.

h) Lấy bánh phô mai ra khỏi lò và để nguội đến nhiệt độ phòng. Sau đó, cho vào tủ lạnh ít nhất 4 giờ hoặc qua đêm để đông hoàn toàn.

i) Trong khi bánh phô mai đang lạnh, hãy chuẩn bị lớp phủ ổi. Trong một chiếc chảo, trộn nhuyễn ổi hoặc nước ép ổi, đường cát, bột ngô và nước. Khuấy đều để hòa tan bột ngô.

j) Đặt chảo lên bếp ở mức lửa vừa và nấu, khuấy liên tục, cho đến khi hỗn hợp đặc lại và sôi nhẹ. Nhấc khỏi bếp và để nguội.

k) Khi bánh phô mai đã nguội hoàn toàn và đông lại, lấy bánh ra khỏi khuôn lò xo. Đổ lớp phủ ổi lên trên bánh phô mai, dàn đều.

l) Đặt bánh phô mai vào tủ lạnh trong khoảng 1 giờ để lớp phủ ổi đông lại.

66.Bánh dứa úp ngược

THÀNH PHẦN:

ĐỐI VỚI PHỦ TRÊN:

- ¼ cốc bơ nhạt
- ⅔ cốc đường nâu đóng gói
- 1 hộp (20 oz) lát dứa, để ráo nước
- Anh đào Maraschino để trang trí

ĐỐI VỚI BÁNH:

- 1 ½ cốc bột mì đa dụng
- 2 thìa bột nở
- ½ thìa cà phê muối
- ½ cốc bơ nhạt, làm mềm
- 1 cốc đường cát
- 2 quả trứng lớn
- 1 thìa cà phê chiết xuất vani
- ½ cốc nước ép dứa

HƯỚNG DẪN:

a) Làm nóng lò ở nhiệt độ 350°F (175°C) và phết mỡ vào khuôn bánh tròn 9 inch.

b) Đun chảy bơ để phủ lên trên trong chảo ở lửa vừa.

c) Khuấy đường nâu cho đến khi tan và sủi bọt.

d) Đổ hỗn hợp vào khuôn bánh đã phết mỡ, dàn đều.

e) Xếp các lát dứa lên trên hỗn hợp đường nâu. Đặt một quả anh đào maraschino vào giữa mỗi lát dứa.

f) Trộn đều bột mì, bột nở và muối vào bát để làm bánh.

g) Trong một bát lớn khác, trộn đều bơ và đường cho đến khi hỗn hợp nhẹ và xốp.

h) Đập từng quả trứng vào, sau đó cho thêm chiết xuất vani.

i) Dần dần thêm các nguyên liệu khô vào các nguyên liệu ướt, xen kẽ với nước ép dứa.

j) Đổ hỗn hợp bột lên các lát dứa trong khuôn bánh.

k) Nướng trong 40-45 phút, hoặc cho đến khi cắm tăm vào giữa bánh rồi rút ra sạch.

l) Lấy bánh ra khỏi lò và để bánh nguội trong khuôn trong 10 phút.

m) Lật ngược bánh lên đĩa và cẩn thận lấy bánh ra khỏi khuôn.

n) Dùng bánh dứa úp ngược khi còn ấm hoặc ở nhiệt độ phòng, để lộ lớp dứa caramen phủ bên trên.

67.Bánh Macaron dừa

THÀNH PHẦN:

- 2 ⅔ cốc dừa nạo
- ⅔ cốc sữa đặc có đường
- 1 thìa cà phê chiết xuất vani

HƯỚNG DẪN:

a) Làm nóng lò ở nhiệt độ 325°F (163°C) và lót giấy dầu vào khay nướng.

b) Trong một cái bát, trộn dừa nạo, sữa đặc có đường và chiết xuất vani. Trộn đều cho đến khi hòa quyện hoàn toàn.

c) Dùng thìa canh hoặc muỗng múc bánh quy, múc từng muỗng hỗn hợp dừa tròn vào khay nướng đã chuẩn bị, cách nhau khoảng 5 cm.

d) Nướng trong 15-18 phút, hoặc cho đến khi các cạnh có màu vàng nâu.

e) Lấy bánh ra khỏi lò và để bánh nguội trên khay nướng trong vài phút.

f) Chuyển bánh macaron sang giá để nguội hoàn toàn.

g) Tùy chọn: Rưới sô cô la tan chảy lên bánh macaron đã nguội để tăng thêm vị ngọt và hương vị.

h) Dùng bánh macaron dừa như một món tráng miệng nhiệt đới mềm mại và hấp dẫn.

68.Kem Dứa Dừa

THÀNH PHẦN:

- 2 cốc nước cốt dừa đóng hộp
- 1 cốc dứa nghiền, để ráo nước
- ½ cốc đường cát
- 1 thìa cà phê chiết xuất vani

HƯỚNG DẪN:

a) Trong máy xay sinh tố hoặc máy chế biến thực phẩm, trộn nước cốt dừa, dứa nghiền, đường và chiết xuất vani. Xay cho đến khi mịn và hòa quyện đều.

b) Đổ hỗn hợp vào máy làm kem và khuấy theo hướng dẫn của nhà sản xuất.

c) Khi kem đạt đến độ mềm như kem tươi, hãy chuyển kem vào hộp có nắp đậy.

d) Đông lạnh kem trong vài giờ hoặc cho đến khi kem đông lại.

e) Cho kem dừa dứa vào bát hoặc ốc quế và thưởng thức hương vị nhiệt đới.

69.Bánh Pudding Cơm Dừa

THÀNH PHẦN:

- 1 chén gạo hoa nhài
- 2 cốc nước
- 2 cốc nước cốt dừa
- ½ cốc đường cát
- ½ thìa cà phê muối
- ½ thìa cà phê chiết xuất vani
- Vảy dừa nướng để trang trí (tùy chọn)

HƯỚNG DẪN:

a) Trong một chiếc chảo, trộn gạo hoa nhài và nước. Đun sôi, sau đó giảm lửa xuống mức thấp, đậy nắp và đun nhỏ lửa trong khoảng 15 phút hoặc cho đến khi gạo chín và nước được hấp thụ.

b) Thêm nước cốt dừa, đường cát, muối và chiết xuất vani vào cơm đã nấu chín. Khuấy đều cho đến khi hòa quyện.

c) Đun hỗn hợp ở mức lửa vừa nhỏ, khuấy đều thỉnh thoảng, trong 15-20 phút hoặc cho đến khi gạo hấp thụ hết nước cốt dừa và bánh pudding đặc lại.

d) Nhấc ra khỏi bếp và để nguội bớt.

e) Dùng bánh pudding gạo dừa khi còn ấm hoặc lạnh.

f) Trang trí bằng dừa nướng để tăng thêm kết cấu và hương vị.

70.Bánh Tart Xoài Dừa

THÀNH PHẦN:

ĐỐI VỚI VỎ BÁNH:

- 1 ½ cốc vụn bánh quy graham
- ¼ cốc đường cát
- ½ cốc bơ nhạt, đun chảy

ĐỐI VỚI NHÂN:

- 2 cốc xoài chín cắt miếng
- 1 cốc nước cốt dừa
- ½ cốc đường cát
- ¼ cốc bột ngô
- ¼ thìa cà phê muối
- ½ chén dừa nạo
- Xoài thái lát để trang trí (tùy chọn)

HƯỚNG DẪN:

a) Làm nóng lò ở nhiệt độ 350°F (175°C) và phết mỡ vào khuôn bánh tart 9 inch.

b) Trong bát, trộn vụn bánh quy graham, đường cát và bơ đã đun chảy để làm vỏ bánh. Trộn đều.

c) Nhấn hỗn hợp vỏ bánh vào đáy và thành khuôn bánh, tạo thành một lớp đều.

d) Nướng vỏ bánh trong 10 phút, sau đó lấy ra khỏi lò và để nguội.

e) Cho các miếng xoài vào máy xay sinh tố hoặc máy chế biến thực phẩm, xay nhuyễn.

f) Trộn đều nước cốt dừa, đường cát, bột ngô và muối trong chảo để làm nhân.

g) Đun hỗn hợp ở lửa vừa, khuấy liên tục, cho đến khi hỗn hợp đặc lại và sôi.

h) Nhấc khỏi bếp và cho hỗn hợp xoài xay và dừa nạo vào khuấy đều.

i) Đổ nhân xoài dừa vào vỏ bánh đã nướng.

j) Dùng thìa dẹt làm phẳng mặt trên.

k) Nướng thêm 15-20 phút nữa, hoặc cho đến khi nhân đông lại và các cạnh có màu vàng.

l) Lấy bánh ra khỏi lò và để nguội hoàn toàn trong chảo.

m) Sau khi nguội, cho vào tủ lạnh ít nhất 2 giờ để làm lạnh và đông lại.

n) Trước khi dùng, trang trí thêm xoài thái lát nếu thích.

o) Cắt lát và thưởng thức bánh tart xoài dừa như một món tráng miệng nhiệt đới béo ngậy.

71.Sorbet đu đủ chanh

THÀNH PHẦN:

- 2 cốc đu đủ chín cắt miếng
- ½ cốc đường cát
- ¼ cốc nước
- Nước ép của 2 quả chanh
- Vỏ chanh để trang trí (tùy chọn)

HƯỚNG DẪN:

a) Cho các miếng đu đủ vào máy xay sinh tố hoặc máy chế biến thực phẩm, xay nhuyễn.

b) Trong một chiếc chảo, trộn đường cát và nước. Đun ở lửa vừa cho đến khi đường tan hoàn toàn, tạo thành xi-rô đơn giản.

c) Nhấc ra khỏi bếp và để siro nguội đến nhiệt độ phòng.

d) Trộn đều hỗn hợp đu đủ xay nhuyễn và nước cốt chanh trong bát.

e) Khuấy đều siro cho đến khi hòa quyện.

f) Đổ hỗn hợp vào máy làm kem và khuấy theo hướng dẫn của nhà sản xuất.

g) Đổ kem trái cây vào hộp có nắp đậy và đông lạnh trong vài giờ hoặc cho đến khi đông lại.

h) Phục vụ kem đu đủ chanh trong bát hoặc ốc quế.

i) Trang trí bằng vỏ chanh để tăng thêm hương vị cam quýt.

72.Pudding chuối dừa

THÀNH PHẦN:

- 3 quả chuối chín lớn
- 1 lon (13,5 oz) nước cốt dừa
- ½ cốc đường cát
- ¼ cốc bột ngô
- ¼ thìa cà phê muối
- 1 thìa cà phê chiết xuất vani
- ½ cốc dừa nạo để trang trí (tùy chọn)

HƯỚNG DẪN:

a) Cho chuối chín vào máy xay sinh tố hoặc máy chế biến thực phẩm, xay nhuyễn.

b) Trộn đều nước cốt dừa, đường cát, bột ngô và muối trong một chiếc chảo nhỏ.

c) Đun hỗn hợp ở lửa vừa, khuấy liên tục, cho đến khi hỗn hợp đặc lại và sôi.

d) Nhấc khỏi bếp và khuấy đều hỗn hợp chuối và chiết xuất vani.

e) Đổ bánh pudding chuối dừa vào bát đựng hoặc khuôn đựng nhỏ.

f) Để lạnh ít nhất 2 giờ, hoặc cho đến khi lạnh và đông lại.

g) Trước khi dùng, trang trí thêm dừa nạo nếu thích.

h) Thưởng thức hương vị kem béo và nhiệt đới của bánh pudding chuối dừa.

73.Bánh vụn dừa dứa

THÀNH PHẦN:

ĐỐI VỚI NHÂN:

- 4 cốc miếng dứa tươi
- ¼ cốc đường cát
- 2 thìa bột ngô
- 1 thìa nước cốt chanh tươi

ĐỐI VỚI LỚP PHỦ CRUMBLE:

- 1 cốc bột mì đa dụng
- ½ cốc đường cát
- ½ cốc bơ nhạt, đun chảy
- ½ chén dừa nạo

HƯỚNG DẪN:

a) Làm nóng lò ở nhiệt độ 350°F (175°C) và phết mỡ vào đĩa nướng.

b) Trong một cái bát, trộn các miếng dứa, đường cát, bột ngô và nước cốt chanh để làm nhân. Trộn đều cho đến khi dứa được phủ đều.

c) Đổ nhân dứa vào đĩa nướng đã phết mỡ.

d) Trong một bát riêng, trộn bột mì đa dụng, đường cát, bơ tan chảy và dừa nạo để làm lớp phủ vụn. Trộn cho đến khi hỗn hợp giống như vụn thô.

e) Rắc đều lớp vụn bánh lên trên phần nhân dứa trong đĩa nướng.

f) Nướng trong 30-35 phút, hoặc cho đến khi lớp phủ có màu vàng nâu và nhân dứa sủi bọt.

g) Lấy ra khỏi lò và để nguội bớt.

h) Ăn vụn dừa dứa khi còn ấm cùng một muỗng kem vani hoặc một ít kem tươi để có món tráng miệng nhiệt đới hấp dẫn.

ĐỒ UỐNG NHIỆT ĐỚI

74. Nước nhiệt đới

THÀNH PHẦN:

- 1 nhánh bạc hà hoặc húng quế tươi
- 1 quả quýt, đã gọt vỏ
- ½ quả xoài, gọt vỏ và thái hạt lựu
- Nước lọc

HƯỚNG DẪN:

a) Cho bạc hà, quýt và xoài vào bình thủy tinh.
b) Đổ đầy nước lọc vào.
c) Ngâm trong tủ lạnh trong 2 giờ.
d) Đổ vào ly đựng.

75.Thiên đường nhiệt đới

THÀNH PHẦN:

- 1 quả kiwi, gọt vỏ và thái nhỏ
- 1 quả vani, chẻ dọc theo chiều dài
- ½ quả xoài, thái hạt lựu

HƯỚNG DẪN:

a) Cho xoài, kiwi và đậu vani vào bình 64 ounce.
b) Đổ vào nước lọc hoặc nước dừa.
c) Làm lạnh trước khi dùng.

76.Trà đá nhiệt đới

THÀNH PHẦN:

- 1 cốc nước cam tươi
- 1 cốc dứa
- ½ cốc xi-rô agave
- 12 cốc nước sôi
- 12 túi trà
- 3 cốc soda chanh

HƯỚNG DẪN:

a) Cho nước sôi và túi trà vào ấm trà;
b) Để cho nó ngấm.
c) Cho vào tủ lạnh cho đến khi lạnh.
d) Cho nước ép dứa và cam vào máy xay sinh tố.
e) Xay nhuyễn cho đến khi hỗn hợp đồng nhất và mịn.
f) Đổ hỗn hợp dứa xay vào bình.
g) trộn với xi-rô agave và soda chanh.
h) Khuấy đều và dùng lạnh.

77.Sinh tố xanh nhiệt đới cay

THÀNH PHẦN:

- 2 cốc lá rau bina đóng chặt
- 1 cốc miếng dứa đông lạnh
- 1 cốc xoài đông lạnh
- 1 quả quýt nhỏ, gọt vỏ và bỏ hạt, hoặc nước cốt của 1 quả chanh
- 1 cốc nước dừa
- ¼ thìa cà phê ớt cayenne (tùy chọn)

HƯỚNG DẪN:

a) Cho tất cả các nguyên liệu vào máy xay sinh tố và xay ở tốc độ cao cho đến khi mịn.

b) Thưởng thức lạnh nhé.

78.Sinh tố quýt nhiệt đới

THÀNH PHẦN:

- 2 quả quýt đã gọt vỏ và tách múi
- ½ cốc dứa
- 1 quả chuối đông lạnh

HƯỚNG DẪN:

a) Trộn với ½ đến 1 cốc chất lỏng.
b) Thưởng thức

79.Sinh tố Quinoa nhiệt đới

THÀNH PHẦN:

- ¼ cốc hạt diêm mạch nấu chín
- ¼ cốc nước cốt dừa nhạt
- ⅓ cốc xoài đông lạnh
- ⅓ cốc miếng dứa đông lạnh
- ½ quả chuối đông lạnh
- 1 thìa canh dừa nạo không đường
- 1 thìa đường dừa, tùy khẩu vị
- ½ thìa cà phê vani

HƯỚNG DẪN:

a) Trộn tất cả các nguyên liệu trong máy xay cho đến khi mịn.

b) Điều chỉnh độ đặc theo khẩu vị bằng cách thêm sữa để có sinh tố loãng hơn và thêm đá hoặc một ít sữa chua để có sinh tố đặc hơn.

c) Thưởng thức!

80.Nhiệt đới

THÀNH PHẦN:

- ½ cốc dứa
- ½ quả cam rốn vừa đã lột vỏ
- 10 quả hạnh nhân
- ¼ cốc nước cốt dừa
- Một lát gừng tươi dài ¼ inch
- 1 thìa nước cốt chanh tươi
- ¼ thìa cà phê bột nghệ hoặc một lát nghệ tươi dày ¼ inch
- 4 viên đá

HƯỚNG DẪN:

a) Cho tất cả các nguyên liệu vào máy xay sinh tố và xay nhuyễn.

81.Pina Colada

THÀNH PHẦN:

- 2 ounce rượu rum
- 2 ounce nước ép dứa
- 2 ounce kem dừa
- Múi dứa và quả anh đào để trang trí

HƯỚNG DẪN:

a) Đổ đầy đá viên vào bình lắc.
b) Thêm rượu rum, nước ép dứa và kem dừa vào bình lắc.
c) Lắc đều.
d) Đổ hỗn hợp vào cốc có đá.
e) Trang trí bằng một miếng dứa và quả anh đào.
f) Trình bày và thưởng thức!

82.Dâu Daiquiri

THÀNH PHẦN:

- 2 ounce rượu rum
- 1 ounce nước cốt chanh
- 1 ounce siro đơn giản
- 4-5 quả dâu tây tươi
- Đá viên
- Dâu tây để trang trí

HƯỚNG DẪN:

a) Cho rượu rum, nước cốt chanh, xi-rô, dâu tây tươi và đá viên vào máy xay sinh tố.

b) Trộn cho đến khi mịn và sánh.

c) Đổ hỗn hợp vào cốc.

d) Trang trí bằng một quả dâu tây.

e) Trình bày và thưởng thức!

83.Margarita nhiệt đới

THÀNH PHẦN:

- 2 ounce rượu tequila
- 1 ounce nước cốt chanh
- 1 ounce nước cam
- 1 ounce nước ép dứa
- ½ ounce xi-rô đơn giản
- Múi chanh và muối để viền (tùy chọn)

HƯỚNG DẪN:

a) Nếu muốn, bạn có thể viền ly bằng muối bằng cách chà một lát chanh quanh miệng ly rồi nhúng ly vào muối.

b) Đổ đầy đá viên vào bình lắc.

c) Thêm rượu tequila, nước cốt chanh, nước cam, nước ép dứa và xi-rô vào bình lắc.

d) Lắc đều.

e) Đổ hỗn hợp vào cốc đã chuẩn bị sẵn đá.

f) Trang trí bằng một lát chanh.

g) Trình bày và thưởng thức!

84.Mocktail Hawaii xanh

THÀNH PHẦN:

- 2 ounce siro curaçao xanh
- 2 ounce nước ép dứa
- 1 ounce kem dừa
- Lát dứa và quả anh đào để trang trí

HƯỚNG DẪN:

a) Đổ đầy đá viên vào bình lắc.

b) Thêm xi-rô curaçao xanh, nước ép dứa và kem dừa vào bình lắc.

c) Lắc đều.

d) Đổ hỗn hợp vào cốc có đá.

e) Trang trí bằng một lát dứa và quả anh đào.

f) Hãy phục vụ và thưởng thức thức uống nhiệt đới không cồn tươi mát này!

85.Cocktail xoài Mojito

THÀNH PHẦN:

- 1 quả xoài chín, gọt vỏ và cắt thành khối vuông
- 1 ounce nước cốt chanh
- 1 ounce siro đơn giản
- 6-8 lá bạc hà tươi
- Nước soda
- Lát xoài và nhánh bạc hà để trang trí

HƯỚNG DẪN:

a) Trộn đều các khối xoài với nước cốt chanh và xi-rô trong ly.
b) Thêm đá viên và lá bạc hà xé nhỏ.
c) Đổ thêm nước soda vào.
d) Khuấy nhẹ nhàng.
e) Trang trí bằng một lát xoài và một nhánh bạc hà.
f) Hãy thưởng thức loại mocktail sảng khoái này nhé!

86.Nước cốt dừa chanh

THÀNH PHẦN:

- 1 cốc nước dừa
- ¼ cốc nước cốt chanh
- 2 thìa siro đơn giản
- Lát chanh và lá bạc hà để trang trí

HƯỚNG DẪN:

a) Cho nước dừa, nước cốt chanh và xi-rô vào bình.
b) Khuấy đều cho đến khi hòa quyện.
c) Thêm đá viên vào ly phục vụ.
d) Đổ nước cốt dừa lên đá trong mỗi ly.
e) Trang trí bằng lát chanh và lá bạc hà.
f) Khuấy nhẹ trước khi dùng.
g) Hãy thưởng thức hương vị tươi mát và chua chua của loại mocktail chanh nhiệt đới này!

87.Sangria nhiệt đới

THÀNH PHẦN:

- 1 chai rượu vang trắng
- 1 cốc nước ép dứa
- ½ cốc nước cam
- ¼ cốc rượu rum
- 2 thìa siro đơn giản
- Các loại trái cây nhiệt đới
- Nước soda (tùy chọn)
- Lá bạc hà để trang trí

HƯỚNG DẪN:

a) Trong một bình lớn, trộn rượu vang trắng, nước ép dứa, nước cam, rượu rum và xi-rô đơn giản.

b) Khuấy đều cho đến khi hòa quyện.

c) Thêm các lát trái cây nhiệt đới vào bình.

d) Để lạnh ít nhất 1 giờ để hương vị hòa quyện.

e) Khi dùng, đổ sangria nhiệt đới vào ly có đá.

f) Nếu muốn, bạn có thể cho thêm một ít soda vào để tăng thêm độ sủi bọt.

g) Trang trí bằng lá bạc hà.

h) Hãy nhâm nhi và thưởng thức rượu sangria nhiệt đới tươi mát và đầy hương vị trái cây!

88.Nước giải khát dưa hấu chanh

THÀNH PHẦN:

- 2 cốc dưa hấu tươi, thái hạt lựu
- Nước ép của 2 quả chanh
- 2 thìa mật ong
- 1 cốc nước có ga
- Dưa hấu thái lát và lá bạc hà để trang trí

HƯỚNG DẪN:

a) Cho dưa hấu tươi vào máy xay sinh tố, xay nhuyễn.
b) Lọc nước ép dưa hấu vào bình để loại bỏ phần bã.
c) Thêm nước cốt chanh và mật ong vào bình.
d) Khuấy đều cho mật ong tan hết.
e) Trước khi dùng, đổ nước có ga vào bình và khuấy nhẹ.
f) Đổ nước giải khát dưa hấu chanh vào ly đựng đầy đá.
g) Trang trí bằng vài lát dưa hấu và lá bạc hà.
h) Hãy nhâm nhi và thưởng thức thức uống nhiệt đới mát lạnh và bổ sung nước này!

89.Trà xanh xoài

THÀNH PHẦN:

- 2 cốc trà xanh pha sẵn, để nguội
- 1 cốc xoài chín cắt miếng
- 1 thìa mật ong (tùy chọn)
- Đá viên
- Xoài thái lát để trang trí

HƯỚNG DẪN:

a) Cho các miếng xoài chín vào máy xay sinh tố, xay nhuyễn.
b) Cho trà xanh đã pha và sốt xoài vào bình.
c) Khuấy đều cho đến khi hòa quyện.
d) Nếu muốn, bạn có thể thêm mật ong để làm ngọt trà.
e) Đổ đầy đá viên vào ly đựng.
f) Đổ trà xanh xoài vào đá trong mỗi ly.
g) Trang trí bằng lát xoài.
h) Khuấy nhẹ trước khi dùng.
i) Hãy thưởng thức hương vị nhiệt đới của loại trà xanh xoài tươi mát này!

90.Đấm nhiệt đới

THÀNH PHẦN:

- 2 cốc nước ép dứa
- 1 cốc nước cam
- ½ cốc nước ép nam việt quất
- ¼ cốc nước cốt chanh
- 2 cốc bia gừng
- Lát dứa và lát cam để trang trí

HƯỚNG DẪN:

a) Cho nước ép dứa, nước ép cam, nước ép nam việt quất và nước ép chanh vào bình.

b) Khuấy đều cho đến khi hòa quyện.

c) Trước khi dùng, cho thêm nước gừng vào bình và khuấy nhẹ.

d) Đổ đầy đá viên vào ly đựng.

e) Đổ nước trái cây nhiệt đới vào đá trong mỗi ly.

f) Trang trí bằng vài lát dứa và vài lát cam.

g) Khuấy nhẹ trước khi dùng.

h) Hãy thưởng thức hương vị trái cây và nhiệt đới của loại rượu sảng khoái này!

91.Trà đá hoa dâm bụt

THÀNH PHẦN:

- 4 cốc nước
- 4 túi trà hoa dâm bụt
- ¼ cốc mật ong hoặc đường (điều chỉnh theo khẩu vị)
- Lát chanh và lá bạc hà để trang trí

HƯỚNG DẪN:

a) Đun sôi nước trong nồi.

b) Nhấc khỏi bếp và thêm túi trà hoa dâm bụt vào.

c) Ngâm trà trong 10-15 phút.

d) Lấy túi trà ra và cho mật ong hoặc đường vào khuấy cho đến khi tan.

e) Để trà nguội đến nhiệt độ phòng, sau đó cho vào tủ lạnh cho đến khi lạnh.

f) Đổ đầy đá viên vào ly đựng.

g) Đổ trà hoa dâm bụt đá vào đá trong mỗi ly.

h) Trang trí bằng lát chanh và lá bạc hà.

i) Khuấy nhẹ trước khi dùng.

j) Hãy nhâm nhi và thưởng thức tách trà hoa dâm bụt tươi mát và sảng khoái!

92.Cà phê đá nhiệt đới

THÀNH PHẦN:

- 1 cốc cà phê pha sẵn, ướp lạnh
- ½ cốc nước cốt dừa
- ¼ cốc nước ép dứa
- 1 thìa canh mật ong hoặc đường (điều chỉnh theo khẩu vị)
- Đá viên

HƯỚNG DẪN:

a) Trong ly, trộn đều cà phê pha lạnh, nước cốt dừa, nước ép dứa và mật ong hoặc đường.

b) Khuấy đều để hòa tan chất tạo ngọt.

c) Đổ đầy đá viên vào một cốc riêng.

d) Đổ cà phê đá nhiệt đới lên trên đá.

e) Khuấy nhẹ trước khi dùng.

f) Thưởng thức hương vị nhiệt đới của cà phê đá cổ điển!

GIA VỊ NHIỆT ĐỚI

93.Sốt Salsa dứa-đu đủ

THÀNH PHẦN:

- 2 cốc dứa tươi thái nhỏ
- 1 quả đu đủ chín, gọt vỏ, bỏ hạt và cắt thành hạt lựu ¼ inch
- ½ cốc hành tây đỏ băm nhỏ
- ¼ cốc rau mùi tươi thái nhỏ hoặc rau mùi tây
- 2 thìa nước cốt chanh tươi
- 1 thìa giấm táo
- 2 thìa đường
- ¼ thìa cà phê muối
- 1 quả ớt đỏ nhỏ, bỏ hạt và băm nhỏ

HƯỚNG DẪN:

a) Cho tất cả các nguyên liệu vào bát thủy tinh, trộn đều, đậy nắp và để ở nhiệt độ phòng trong 30 phút trước khi dùng hoặc cho vào tủ lạnh cho đến khi sẵn sàng sử dụng.

b) Loại sốt salsa này ngon nhất khi dùng ngay trong ngày làm, nhưng nếu bảo quản đúng cách, nó có thể để được tới 2 ngày.

94.Sốt xoài

THÀNH PHẦN:

- 2 quả xoài chín, thái hạt lựu
- ½ cốc ớt chuông đỏ thái hạt lựu
- ¼ cốc hành tây đỏ thái hạt lựu
- 1 quả ớt jalapeno, bỏ hạt và thái nhỏ
- Nước ép của 1 quả chanh
- 2 thìa canh rau mùi tươi thái nhỏ
- Muối và hạt tiêu cho vừa ăn

HƯỚNG DẪN:

a) Cho xoài thái hạt lựu, ớt chuông đỏ, hành tây đỏ, ớt jalapeno, nước cốt chanh và rau mùi vào bát, trộn đều.

b) Trộn đều và nêm thêm muối, tiêu.

c) Ăn kèm với bánh tortilla hoặc làm lớp phủ cho gà nướng hoặc cá nướng.

d) Thưởng thức sốt xoài tươi mát và chua chua nhé!

95.Chutney rau mùi dừa

THÀNH PHẦN:

- 1 cốc lá rau mùi tươi
- ½ chén dừa nạo
- 1 quả ớt xanh, bỏ hạt và thái nhỏ
- 2 thìa nước cốt chanh
- 1 thìa canh chana dal rang (đậu gà tách đôi)
- 1 thìa canh dừa nạo (tùy chọn)
- Muối vừa ăn

HƯỚNG DẪN:

a) Cho lá rau mùi, dừa nạo, ớt xanh, nước cốt chanh, đậu chana rang, dừa nạo (nếu dùng) và muối vào máy xay sinh tố hoặc máy chế biến thực phẩm.

b) Trộn cho đến khi đạt được hỗn hợp mịn và sánh.

c) Điều chỉnh lượng muối và nước cốt chanh theo khẩu vị của bạn.

d) Đổ vào bát đựng và để trong tủ lạnh cho đến khi sẵn sàng sử dụng.

e) Dùng làm nước chấm cho samosa, dosa hoặc làm sốt phết cho bánh sandwich.

96.Chutney me

THÀNH PHẦN:

- 1 cốc bột me
- 1 cốc đường thốt nốt hoặc đường nâu
- 1 thìa cà phê bột thìa là
- 1 thìa gừng xay
- ½ thìa cà phê bột ớt đỏ
- Muối vừa ăn

HƯỚNG DẪN:

a) Cho hỗn hợp thịt me, đường thốt nốt hoặc đường nâu, bột thìa là, gừng xay, bột ớt đỏ và muối vào chảo.

b) Thêm 1 cốc nước và đun sôi hỗn hợp.

c) Giảm lửa xuống mức thấp và đun liu riu trong khoảng 15-20 phút, thỉnh thoảng khuấy đều cho đến khi nước sốt sánh lại.

d) Nhấc ra khỏi bếp và để nguội hoàn toàn.

e) Sau khi nguội, đổ vào lọ và bảo quản trong tủ lạnh.

f) Dùng làm nước chấm cho món samosa và pakora, hoặc làm gia vị cho các món chaat.

97.Bơ chanh dây

THÀNH PHẦN:

- 1 cốc bơ nhạt, làm mềm
- ¼ cốc thịt quả chanh dây
- 2 thìa đường bột
- 1 thìa cà phê chiết xuất vani

HƯỚNG DẪN:

a) Trong bát trộn, trộn đều bơ mềm, thịt quả chanh dây, đường bột và chiết xuất vani.

b) Sử dụng máy trộn điện hoặc máy đánh trứng để trộn đều các nguyên liệu cho đến khi hòa quyện và mịn.

c) Đổ bơ chanh dây vào lọ hoặc hộp kín.

d) Để lạnh ít nhất 1 giờ để hương vị hòa quyện.

e) Phết bơ chanh dây lên bánh mì nướng, bánh kếp hoặc dùng làm lớp phủ cho món tráng miệng.

98.Sốt hạt đu đủ

THÀNH PHẦN:

- ¼ cốc hạt đu đủ
- ¼ cốc dầu ô liu
- 2 thìa canh giấm rượu trắng
- 1 thìa mật ong
- 1 thìa cà phê mù tạt Dijon
- Muối và hạt tiêu cho vừa ăn

HƯỚNG DẪN:

a) Cho hạt đu đủ, dầu ô liu, giấm rượu trắng, mật ong, mù tạt Dijon, muối và hạt tiêu vào máy xay sinh tố hoặc máy chế biến thực phẩm.

b) Trộn cho đến khi nước sốt mịn và hạt đu đủ được trộn đều.

c) Nếm thử và điều chỉnh gia vị nếu cần.

d) Đổ nước sốt hạt đu đủ vào chai hoặc lọ có nắp đậy kín.

e) Lắc đều trước khi sử dụng.

f) Rưới nước sốt lên salad hoặc dùng làm nước ướp cho thịt hoặc rau nướng.

99.Sốt BBQ ổi

THÀNH PHẦN:

- 1 cốc bột ổi
- ½ cốc tương cà
- 2 thìa canh nước tương
- 2 thìa giấm táo
- 1 thìa đường nâu
- 1 thìa canh nước sốt Worcestershire
- 1 thìa cà phê ớt bột hun khói
- ½ thìa cà phê bột tỏi
- Muối và hạt tiêu cho vừa ăn

HƯỚNG DẪN:

a) Cho hỗn hợp bột ổi, tương cà, nước tương, giấm táo, đường nâu, nước sốt Worcestershire, ớt bột hun khói, bột tỏi, muối và hạt tiêu vào chảo.

b) Đun ở lửa nhỏ, khuấy liên tục, cho đến khi hỗn hợp ổi tan chảy và nước sốt sánh lại.

c) Nếm thử và điều chỉnh gia vị nếu cần.

d) Nhấc ra khỏi bếp và để nước sốt BBQ ổi nguội.

e) Đổ vào lọ hoặc chai và để trong tủ lạnh cho đến khi sẵn sàng sử dụng.

f) Dùng nước sốt này làm nước chấm cho gà nướng, sườn nướng hoặc làm nước chấm cho thịt viên hoặc thịt xiên.

100.Sốt xoài Habanero

THÀNH PHẦN:

- 2 quả xoài chín, gọt vỏ và thái nhỏ
- 2 quả ớt habanero, bỏ hạt và thái nhỏ
- ¼ cốc giấm trắng
- 2 thìa nước cốt chanh
- 2 thìa mật ong
- 1 thìa cà phê bột tỏi
- Muối vừa ăn

HƯỚNG DẪN:

a) Cho xoài thái nhỏ, ớt habanero, giấm trắng, nước cốt chanh, mật ong, bột tỏi và muối vào máy xay sinh tố hoặc máy chế biến thực phẩm.

b) Trộn cho đến khi đạt được hỗn hợp nước sốt mịn.

c) Đổ hỗn hợp vào nồi và đun ở lửa vừa cho đến khi sôi.

d) Giảm lửa xuống mức thấp và đun trong khoảng 10-15 phút, thỉnh thoảng khuấy đều.

e) Nhấc ra khỏi bếp và để nước sốt nguội hoàn toàn.

f) Đổ nước sốt xoài habanero vào lọ hoặc chai có nắp đậy kín.

g) Làm lạnh cho đến khi sẵn sàng sử dụng.

h) Sử dụng nước sốt như một loại gia vị cay cho các loại thịt nướng, bánh sandwich hoặc làm nước chấm cho chả giò hoặc cánh gà.

PHẦN KẾT LUẬN

Khi chúng tôi kết thúc hành trình của mình qua "ĐỈNH CAO NHẤT CỦA CÁCH NẤU ĂN NHIỆT ĐỚI TRỜI ĐỂ TRÊN BÀN ĂN CỦA BẠN", chúng tôi hy vọng bạn đã trải nghiệm được niềm vui và sự sống động mà ẩm thực nhiệt đới mang lại. Mỗi công thức trong những trang này là sự tôn vinh hương vị ngập tràn ánh nắng, các thành phần kỳ lạ và tinh thần lễ hội định hình nên trải nghiệm ẩm thực nhiệt đới.

Cho dù bạn đã thưởng thức đồ uống làm từ dừa tươi mát, nếm thử gia vị thơm của các món ăn lấy cảm hứng từ vùng Caribê hay thích thú với vị ngọt của các món tráng miệng trái cây nhiệt đới, chúng tôi tin rằng 100 công thức nấu ăn thú vị này đã mang hương vị thiên đường đến căn bếp của bạn. Ngoài các thành phần và kỹ thuật, mong rằng tinh túy của lễ hội nhiệt đới sẽ đọng lại trong các bữa ăn của bạn, thêm một chút niềm vui vào các nỗ lực ẩm thực của bạn.

Khi bạn tiếp tục khám phá bức tranh phong phú của ẩm thực nhiệt đới, mong rằng cuốn sách dạy nấu ăn này sẽ truyền cảm hứng cho bạn để truyền năng lượng sống động và hương vị của bờ biển đầy nắng vào các bữa ăn của bạn. Đây là lễ kỷ niệm tuyệt vời nhất của ẩm thực nhiệt đới, nơi mỗi món ăn là một cuộc trốn thoát ẩm thực đến thiên đường. Chúc mừng vì đã mang sự ấm áp và niềm vui của vùng nhiệt đới đến bàn ăn của bạn!